நைல்
நதிக்கரையோரம்

நைல்
நதிக்கரையோரம்

நடேசன்

எதிர்
வெளியீடு

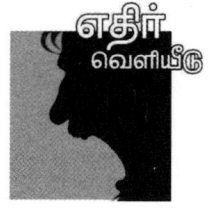

நைல் நதிக்கரையோரம்

நடேசன்

முதல் பதிப்பு: ஏப்ரல் 2017
எதிர் வெளியீடு
96, நியூ ஸ்கீம் ரோடு, பொள்ளாச்சி - 642 002.

விலை: ₹ 250

Nile Nathikaraiyoram
Natesan
© Natesan

First Edition: April 2017
Published by Ethir Veliyedu,
96, New Scheme Road. Pollachi - 642 002.
Phone: 04259 - 226012, 99425 11302.
Email: ethirveliyedu@gmail.com
www.ethirveliyedu.in

Price: ₹ 250

All rights reserved. No part of this book may be reprinted or reproduced or utilised in any form or by any electronic, mechanical or other means, now known or hereafter invented, including photocoping and recording, or in any information storage or retrieval system, without permission in writing from the Publisher.

பொருளடக்கம்:

1. விமான நிலையத்தில் ஓட்டம் — 7
2. கெய்ரோ — 14
3. ஹுக்கா புகைத்தல் — 21
4. கான் எல்—காலில் கடைவீதி — 28
5. கீசா பெரிய பிரமிட் — 36
6. பண்டைய எகிப்தியர் வாழ்வு — 44
7. ஸ்பிங்ஸ் — 52
8. மேற்குலகம் கடத்திய கலைச்செல்வங்கள் — 60
9. லக்சர் கோவில் — 69
10. மண்மூடி மறைத்த புனிதத்தலம் — 77
11. வரலாற்றுத் தடயங்கள் நீக்கப்பட்ட காலம் — 85
12. மலைப்பாறைகளைக் குடைந்து உருவான சமாதிகள் — 93
13. எகிப்திய வரலாறு: பெண்ணரசி — 100
14. நைல்நதியில் சீசருடன் இணைந்த கிளியோபாட்ரா — 107
15. பாலஸ்தீன இஸ்ரேலிய முரண்பாடு சகோதர முரண்பாடா? — 114
16. யாவோவின் பத்துக்கட்டளைகள் — 122
17. எகிப்திய மம்மிகள் — 130
18. துட்டன்காமன் மம்மியின் சாபம் — 137
19. மம்மியாக்கப்பட்ட மிருகங்கள் — 144
20. எகிப்திய வைத்தியரின் சமாதி — 148

விமான நிலையத்தில் ஓட்டம்

உலகத்தில் முதன்முதலாக ஆணுறையைப் பாவித்தவர்கள் யார் தெரியுமா?

எகிப்தியர்கள்.

எகிப்திலிருந்து முதலாவது ஆணுறை எப்படி உருவாகியது? அறிய ஆவலாக இருக்கிறீர்களா?

செம்மறி ஆட்டின் குடலின் வெளிப்பக்கத்தில் உள்ள மெல்லிய லைனிங்கில் இருந்துதான் ஆணுறை தயாரிக்கப்பட்டது. இந்த குடல் லைனிங்தான் இப்பொழுது சொசேச் செய்வதற்கு பயன்படுகிறது.

சத்திர சிகிச்சை வைத்தியத்துறையில் ஆரம்ப உபகரணங்கள் எகிப்தில் பாவிக்கப்பட்டதாக மருத்துவ சரித்திரம் கூறுகிறது.

எழுத்து வடிவம் பாப்பிரஸ் இலையில் எழுதப்பட்டது. பாப்பிரஸ்தான் இப்பொழுது பேப்பர் ஆகியது. இந்த பாப்பிரஸ் செடிகள் நைல் நதிக்கரையோரம் விளைகின்றன.

உலகத்தின் முதல் நாகரீகம் நைல் நதிக்கரையில் தொடங்கியது எனப் பாடப்புத்தகங்கள் வாயிலாகப் படித்தேன். இதே போல் வேதாகமத்தின் பழைய ஏற்பாடு யூதமக்கள் மோசஸால் எகிப்திய மன்னர்களிடம் இருந்து இறைவனின் கட்டளைப்படி விடுவிக்கப்பட்டார்கள் என்கிறது. இதன்பின்பு குரானைப் படிக்கும்போது அங்கும் எகிப்திய மன்னர்களையும் யூதர்களைப் பற்றியும் அவர்களை அழைத்துச் சென்ற மோசஸைப் பற்றியும் பல வாக்கியங்கள் பேசப்படுகிறது.

5112 வருடங்களுக்கு முன்பாக வேட்டையாடிய மனித குலம் நிலப்பாரம்பரியத்திற்கு மாறி, தானியங்களை உற்பத்தி செய்ததால் முதலாவதாக உருவாகிய அரசு எகிப்தில் அமைந்தது. நைல் நதிக்கரையில் உருவாகிய அந்த தேசம் மூன்று இலட்சம் மக்களைக் கொண்டிருந்ததாகத் தகவல் உள்ளது. அது சாதாரணமான சிறிய குறுநில அரசாக இருக்காமல் ஆசியா, ஆப்பிரிக்கா என்ற இரண்டு கண்டங்களிலும் பரந்து விரிந்தது. கிறிஸ்துவுக்கு முன்பாக 342 வருடங்கள் வரை எகிப்தியநாட்டு அரசர்களே எகிப்தை ஆண்டார்கள். எகிப்திய அரசர்கள் கிரேக்கர்கள் போல் சிறிய நகரங்களை ஆளவில்லை. ரோமர்களினைப் போல் பிற்காலத்தில் மற்ற நாடுகளைப் பிடித்து அதன் மூலம் சாம்ராச்சியத்தை உருவாக்கவில்லை.

தற்காலத்து வரைவிலக்கணப்படி எகிப்திய தேசம், தேசியம், இனம் என அதற்கான நிலப்பரப்புகளைக் கொண்டு தனக்குரிய மொழியைப் பேசி உருவாகியது. இதைத்தான் ஆங்கிலத்தில் நேசன் ஸ்ரேட் (Nation State) எனச் சொல்வார்கள். ஆதிமனிதன் சகாரா பாலைவனத்திற்கு தெற்கே உருவாகி பரிணாமமடைந்தான் என்கிறது அந்திரப்போலஜி எனும் மனித இயல். அதேபோல் சகாரா பாலைவனத்தில் முதலாவது அரசுகொண்ட தேசம் உருவாக்கப்பட்டது. இதனால் ஆப்பிரிக்கக் கண்டம்தான், மனிதர்களது தோற்றத்தின் தொட்டில் மட்டுமல்ல மனித நாகரீகத்தின் பாலர் பாடசாலையும் எனக் கூறமுடியும்.

பேரரசர்களான அலெக்சாண்டர், ஜூலியஸ் சீசர் என்பவர்களது பெயர்கள் எகிப்திய தேசத்தின் வரலாறோடு கலந்து இருக்கிறது. உணவு தானியங்கள் இராணுவ விஸ்தரிப்புக்குத் தேவை என்பதால் சுற்றி இருந்த தேசத்து அரசர்கள் எகிப்தின் மேல் காலம் காலமாக படை எடுத்தார்கள். ஆரம்பத்தில் கோதுமை, பருத்தி போன்ற முக்கிய பொருட்களுக்காக கிரேக்கர்களும் பின்பு ரோமர்களும்

படையெடுத்து எகிப்தைக் கைப்பற்றினார்கள்.

உலகப் பேரழகிகளாகக் கருதப்படும் கிளியோபாட்ரா, நெபிரிட்டி((Neferitti) என்பவர்களை இந்த நைல் நதி தந்ததாக உலக சரித்திரம் கூறுகிறது.

இப்படி எங்கு பார்த்தாலும் பேசப்படும் ஒரு நாட்டைப் பார்ப்பதற்குப் பலகாலம் விரும்பினாலும், காலம் கனியவில்லை.

இம்முறை இலங்கை செல்லும் முன் சில நாட்கள் விடுமுறையை எங்கு கழிப்பது எனப் பேச்சு வந்தபோது பல காலக் கனவாக இருந்த எகிப்திற்குப் போவது என முடிவெடுத்தேன். எனது நண்பன் இரவீந்திரராஜ் என்னுடன் வருவதற்குச் சம்மதித்தான். ஏற்கனவே சீனா, வியட்நாம், கம்போடியா போன்ற நாடுகளுக்கு இருவர் குடும்பங்களும் சென்றதால், அதே மாதிரியாக இம்முறையும் செல்ல முடிவு செய்தோம். எகிப்தில் அரசியல் பிரச்சனைகள், அரசாங்கத்திற்கு எதிரான ஆர்ப்பாட்டம் என பிரயாண எச்சரிக்கைகள் அவுஸ்திரேலிய வெளிவிவகார அமைச்சகத்தால் வெளியிடப்பட்டு இருப்பதால் என்னுடன் வரவிருந்த நண்பன் என்னை 'எகிப்தில் நடக்கும் விடயங்களைத் தொடர்சியாக கண்காணி' எனப் பணித்தான்.

அவனது இரண்டு பிள்ளைகள் மற்றும் எதிர்கால மருமகளும் வருவதால் எனது பொறுப்பு அதிகமாவதை உணர்ந்தேன். மேலும் அவுஸ்திரேலிய பாஸ்போட்டில் நாங்களும் போதாதற்கு அவனது அவுஸ்திரேலிய மருமகளும் வரும்போது நாங்கள் அல்கைதா போன்ற அமைப்புகளால் கடத்தபடுவோமோ என்ற பயம் மனதில் தோன்றி மறைந்தது. தற்பொழுது அல்கைதாவின் முக்கியத் தலைவர் அல்ஜிரியாவை சேர்ந்த மொக்தார் பெலமொக்தார் (Mokthar Belmokhtar) வட ஆப்பிரிக்காவில் இருப்பதாக செய்திகள் கூறின. பயங்கரவாதத்திற்கு எதிரான அமெரிக்காவின் நேரடி நடவடிக்கைகளில் அவுஸ்திரேலியா பலமான தோழமை நாடாக ஈராக்கிலும் ஆப்கானிஸ்தானிலும் இயங்குவது தெரிந்ததே.

ஏற்கனவே இலங்கை, இந்தியா போன்ற நாடுகளின் அரசியல் சமூக விடயத்தை நான் கவனமெடுப்பது வழக்கம். ஆரம்பத்திலே இருந்த இந்தப் பழக்கம் உதயத்தில் ஆசிரியராக இருந்த போது வலுப்பெற்றது. இந்தச் செய்திகளைத் தெரிந்து கொள்வது வேறு. அது இந்தக் கணினி யுகத்தில் எவராலும் முடியும். ஆனால் அவற்றைப் புரிந்துகொள்வது வித்தியாசமான விடயம். ஒரு

பத்திரிகையை வாசித்து விட்டு மட்டும் போக முடியாது. பல ஊடகங்களை வாசிக்கவேண்டும். அரசுக்கு ஆதரவான, எதிரான ஊடகங்கள் மற்றும் வெளிநாட்டு தூதரகங்களின் அறிக்கைகள். இதற்கு மேல் இந்திய, இலங்கை விடயங்கள், அந்தந்த ஊர்களைச் சேர்ந்தவர்களது தொடர்புகளைப் பேணவேண்டும். தமிழ்நாட்டில் விடயங்களை அறிய எனது நண்பர்களான எழுதாளர்களை நாடுவேன். அதே போல் இலங்கை விடயத்திலும் பலரோடு தொடர்பு கொள்வேன். பல செய்திகளை அறிந்தாலும் அதை ஆராய்ந்து உண்மைத்தன்மையை ஒப்பு நோக்கிப் பார்க்கவேண்டும்.

சுலபமாகப் புரியவைப்பதற்கு உதாரணமாக, வீட்டில் இருக்கும் மிளகாய், வெங்காயத்தை வெட்டி கத்தரிக்காயை போட்டு வதக்குபவருக்கும் சமையல் கலையை முறையாக பயின்று நட்சத்திர ஹோட்டல் மாஸ்ரர் செப் எனப்படும் சமையல் மேலாளுக்கும் உள்ள வேறுபாடு இது.

இப்படியாக பத்திரிகை ஆசிரியராக இருந்தபோது கிடைத்த அனுபவத்தைப் பாவித்து எகிப்திய நிலவரத்தை ஆராய்ந்தேன். எனது அரேபிய நண்பர்கள் முக்கியமான தகவலைத் தந்தார்கள்.

தூதரக அறிக்கைகளில் பிரித்தானிய வெளிநாட்டு அறிக்கை உண்மைக்கு அருகாமையில் இருந்தது. அமெரிக்க அறிக்கைகள் அதிதூரத்தில் இருந்தன.

நான் எகிப்து போக இருக்கிறேன் என அறிந்ததும் பல ஆலோசகர்கள் இலவச ஆலோசனை தந்தார்கள். பலர் எகிப்தை தொலைக்காட்சியில் மட்டும் பார்த்தவர்கள்.

எனது ஒரு நண்பன் ‘நீ தற்கொலை செய்ய முயற்சிக்கிறாய்’ என்றான். மற்றவன் விடுதலைப்புலி பயங்கரவாதிகளிடம் இருந்து தப்பி இப்பொழுது மத்திய கிழக்கைச் சேர்ந்தவர்களிடம் அகப்படப் போகிறாய் எனக் கவலைப்பட்டான். இதை விடப் பலர் எனது மனைவியிடம் வைத்தியம் செய்யப் போனவர்கள், அவரிடம் மருத்துவ ஆலோசனைகளைப் பெற்று விட்டு, தங்களது எகித்திய நிலவரம் பற்றிய புரிதலை ஆலோசனையாகக் கொடுத்து விடுவார்கள்.

எல்லோரும் எனது மனைவியிடம் இந்தப் பயணம் தற்கொலைக்கு ஒப்பானது. எங்களுக்குச் சேவை செய்ய டாக்டர் வேண்டும் என்பதுபோல் உணர்வு ரீதியாக பயமுறுத்தினார்கள்.

இப்படியான பலரது புரிதல்களையும், ஆலோசனைத் தரவுகளையும் எடுத்துப் பார்த்தபோது எகிப்தில் முதல் கட்ட சர்வஜன வாக்கெடுப்பு அமைதியாக முடிந்தது என்ற செய்தி வந்தது. அடுத்த கட்டம் வரையும் குறைந்தபட்சம் அமைதி நிலவும். அத்துடன் நத்தார், புதுவருடம் எனப் பண்டிகை நாட்கள் வருகிறது. மேலும் இங்கே ஆர்ப்பாட்டம் செய்வது சாதாரண மக்களாதலால் அவர்களும் பண்டிகை நாட்களை அமைதியாகக் கழிக்க விரும்புவார்கள் என்ற எனது புரிதலின் பிரகாரம் பயணம் செய்வது என்பது முடிவாகியது.

எனது முடிவுகளை எனது நண்பனும் ஏற்றுக் கொண்டதால் பிரயாணம் தொடங்கியது. இதைவிட துபாயில் இறங்கிய பின் ஏதாவது நடந்தால் துருக்கி செல்வது என்ற இரண்டாவது திட்டமும் இருந்தது.

மெல்பேனில் இருந்து துபாய் வழியாக இந்தப் பயணம் எட்டு மணித்தியாலமாகிறது. பலதடவை துபாய் வழியாக ஐரோப்பாவுக்கு நான் மட்டும் தனியாகச் சென்றிருக்கிறேன். இந்தமுறை செல்லும்போது எனது மனைவியும் நண்பனின் மனைவி நிருஜாவும் மகன் அனுசும் உடனே வந்தார்கள். நண்பனின் மற்ற மகனும் எதிர்கால மருமகளும் அடுத்தநாள் எகிப்துக்கு வர இருந்தார்கள்.

துபாயை அடைந்ததும் எகிப்து செல்வதற்கு அடுத்த விமானம் இரண்டு மணித்தியாலத்தில் இருந்தது. நேரம் அதிகாலையானதால் காலைக்கடன்களுக்குக் கழிப்பறைகளைத்தேடிச் செல்லும் போது பெண்கள் இருவரையும் ஒரு இடத்தில் நிற்கச் சொல்லிவிட்டுச் சென்றோம். அரை மணித்தியாலத்தில் வந்து பார்த்தால் அவர்களைக் காணவில்லை. அனுஸ் மட்டும் அந்த இடத்தில் நின்றான்.

“அவர்கள் எங்கே?” எனக் கேட்டபோது,

“அம்மாவும் அன்ரியும் கடைக்குச் சென்று விட்டார்கள்” என்றான்.

ஏற்கனவே எகிப்தில் இருந்து வரும் வழியில் நாலு நாட்கள் துபாயில் நிற்பதால் விமான நிலையத்தில், சொப்பிங்கில் இறங்குவதில்லை என்ற ஒப்பந்தம் எங்களிடையே செய்யப்பட்டு இருந்தது. சொப்பிங்தான் எனது மனைவியிடம் நான் பயப்படும்

ஒரு விடயம். பணத்தைவிட நேரம், பயணம் செய்யும்போது முக்கியமாகிறது.

ஆனாலும் இலங்கையில் போட்ட அரசியல் ஒப்பந்தம் போல் இங்கும் அது முறிக்கப்பட்டது.

என்ன செய்வது?

எங்கே தேடுவது?

நல்லூர் திருவிழா போல் நெருசலான துபாய் விமான நிலையத்தையும் அங்கிருக்கும் நகைக்கடைகளையும் நினைத்துப் பயந்தேன்.

எந்தக் கடைகளில் எங்கு தேடுவது?

சில கணம் திகைத்து நின்றேன்.

சிறிது நேரத்தில் நண்பனோடு ஒன்றாகத் தேடிவிட்டு பின்பு பிரிந்து தேடுவதற்கு முடிவெடுத்து, கடைகளை பகுதியாகப் பிரித்தோம். உணவுக்கடை, நகைக்கடை மற்றும் எலக்ரிக்கல் சாமான்கள் விற்பவை என தரவாரியாகப் பிரித்துத் தேடினோம்.

நான் நகைக்கடைகளைத் தேடிய போது நண்பன் மற்றைய பக்கத்தால் எலக்ரிக்கல் சாமான்கள் விற்கும் கடைகளில் தேடினான்.

எங்கும் காணவில்லை.

மீண்டும் நண்பனின் மகன் இருந்த இடத்திற்கு வந்து பார்த்துவிட்டு அவர்கள் இல்லையானதால் மீண்டும் தேடினோம்.

எகிப்திய விமானத்திற்கு இன்னும் அரைமணித்தியாலம் இருந்தது.

இந்த விடுமுறையில் எகிப்திற்குப் போக முதலே பிரச்சனை வந்திருக்கிறதே என்று நினைத்து சிறிது தாமதித்து விட்டு திரும்பிப் பார்த்தபோது எனது நண்பனையும் காணவில்லை. அவனது மகனையும் காணவில்லை.

மீண்டும் அறிவிப்புப் பலகையில் பார்த்தபோது விமானம் ஏறும் இடத்தை மாற்றிவிட்டார்கள். ஆரம்பத்தில் விமானம் ஏறவேண்டும் என தெரிவிக்கப்பட்ட இடத்தில்தான் எனது

தேடல் தொடங்கியது.

எனக்குள் பரபரப்பு வந்தது. வயிற்றுக்குள் பட்டாம்பூச்சி பறக்கத் தொடங்கியது.

சரி, அந்தப் புதிய இடம் எங்கே என எதிரே வந்த விமான நிலைய ஊழியரிடம் கேட்டபோது தொலைவில் இருப்பதாகக் கையைக் காட்டினார். அந்தக் கைகாட்டல் நிலவையோ நட்சத்திரத்தையோ சிறுவனுக்கு காட்டுவது போல் இருந்தது.

மனைவி, நண்பன், துபாய் விமான நிலையத்தைச் சேர்ந்தவர்கள் மற்றும் பெரிய ஏர்போட்டைக் கட்டிய துபாய் எமீரைக் கூடத் திட்டினேன். மனதுக்குள் திட்டியதால் இராஜ நிந்தனை என்ற குற்றம் என்மீது சாட்டப்படவில்லை.

நேரத்தைப் பார்த்தபோது விமானம் கிளம்ப பத்து நிமிடங்கள் மட்டும் இருந்தது. எனது பாஸ்போட்டும் மனைவியின் பாஸ்போட்டும் என்னிடமே இருந்தன. அது ஒரு வகையில் ஆறுதல். என்னை விட்டு எகிப்துக்கு அவளால் விமானம் ஏறமுடியாது.

ஓடத்தொடங்கினேன்.

பல காலத்திற்குப் பிறகு பரபரப்பில் ஓடினேன்.

நான் நினைக்கிறன், இரண்டு கிலோமீட்டர் ஓடியிருப்பேன்.

ஒருவிதமாக இருநிமிடம் முன்பாக அங்கு சென்ற போது எல்லோரும் என்னைப்பார்த்தபடி பிளேட்டைத் திருப்பி "எங்கே போய்விட்டீர்கள்?" என பரபரப்புடனும் கோபத்துடனும் கேட்டனர்.

"உங்களைத் தேடித்தான் போனேன்."

எனது மனைவி சொன்னாள். "படிக்காத பெண்ணைச் சீதனத்திற்காக கட்டியிருந்தால் அப்படி நீங்கள் நினைத்திருக்கலாம்."

நான் அதற்கு மேல் பேசாமல், ஓடியதால் உடலிலும் மனதிலும் பரபரப்பில் ஏற்பட்ட மாற்றங்களை சீராக்கியபடி விமானத்தில் ஏறினேன்.

விமானம் அரேபிய வான்வெளியில் பறந்தது.

கெய்ரோ

"அந்த ஜக் டானியல் போத்தல் உள்ள பெட்டியை கையில் எடு" என நண்பன் கூறினான். நானும் அதேபோன்ற சிங்கிள் மோல்ட் விஸ்கி இரண்டு போத்தல் வைத்திருந்தேன். ஏனைய பெட்டிகளை அகமது விமான நிலைய பெல்டில் இருந்து தூக்கினார். குதிரையையும் வாளையும் துருக்கியர்கள் மற்றவர்களிடம் கொடுக்கமாட்டார்கள். அது போலத்தான் எங்களது விஸ்கி போத்தல்களை மற்றவர் கைகளில் கொடுக்க நாங்கள் தயாரில்லை. இரண்டு பேருமே குடிகாரர்கள் என நினைக்க வேண்டாம். அந்தப் போத்தல்கள் தனியாக கதை சொல்லும். கம்பன் வீட்டு கைத்தறிபோல.

எகிப்தில் எந்த குடிவகையும் குடிக்க முடியாது என்பதும் எங்களுக்குச் சொல்லப்பட்ட தகவல்களில் ஒன்று. அது இஸ்லாமிய நாடு. இதன் காரணத்தால் துபாயில் ஆளுக்கு இரண்டு போத்தல்கள் வாங்கியபோது அதற்கு உபரியாக எடுத்துச் செல்ல தள்ளிக்கொண்டு செல்லும் அழகான பெட்டியையும் தந்திருந்தார்கள்.

அந்தப் பெட்டியை எப்படியும் எகிப்துக்கு எடுத்துச் செல்வது எமது நோக்கமாக இருந்தது.

எகிப்திய விமான நிலையத்தில் இறங்கியதும் ஐரோப்பியரது நிறத்தில் அழகான இளைஞர் ஒருவர் எங்களுக்கான முகவர் எனக் கூறி தன்னை அகமது என அறிமுகப்படுத்திக்கொண்டு எங்களுக்கு விசா எடுத்துத்தருவதற்காக பாஸ்போட்டுகளுடன் சென்றுவிட்டார்.

மனிதர்களை எப்பொழுதும் கூர்ந்து பார்ப்பது எனது இயல்பு. அவுஸ்திரேலியாவில் உலகத்தில் உள்ள எல்லா நாடுகளையும் சேர்ந்த மக்கள் வாழ்கிறார்கள். கருப்பு நிறமான அவுஸ்திரேலிய ஆதிவாசிகள் இருந்த இடத்தில் சகல கண்டங்களையும் சேர்ந்தவர்கள் வந்துவிட்டார்கள். மனிதர்களின் நிறம், மூக்கு, கண் என்ற பனரோமிக்கான இந்த வித்தியாசங்கள் வெவ்வேறு சீதோசணத்திற்கு ஏற்ப பரிணாமமடைந்தபோது உருவாகியது. ஆனால் இப்பொழுது இந்த வித்தியாசங்கள் ஒரே இடங்களில் வாழும்போது விஞ் ஞானிகளின் பரிணாமக் கருத்தும் கட்டுடைபடுகிற வேளையில் படைப்புக் கருத்தாக்கமும் கேள்விக்குள்ளாகிறது. இனிமேல் அவுஸ்திரேலியாவில் ஆண்டவனால் படைக்கப்படுபவர்கள் ஏன் வித்தியாசப்படவேண்டும்? அதேபோல் வெள்ளையர்கள் எல்லோரும் அவுஸ்திரேலிய சீதோசணத்திற்கேற்ப பரிணாமக் கருத்துப்படி கருமையாவார்களா?

விமான நிலையத்தில் உள்ள எகிப்திய மக்களின் நிறமும் பல தரப்பட்டது. தென் ஆப்பிரிக்காவின் பழுப்பு நிலக்கரி நிறத்தில் தொடங்கி ஐரோப்பியரின் வெளிர் நிறம் வரையில் பலவண்ணமேனியர் வாழ்கிறார்கள். எல்லோருக்கும் மூக்கில் மட்டும் ஒற்றுமை இருந்தது. யாழ்ப்பாணத்தில் அந்தக்காலத்தில் மூக்குப்பேணி வீடுகளில் வைத்திருப்பார்கள். சாதி ரீதியில் குறைந்தவர்கள் அல்லது சாதி தெரியாதவர்கள் வந்தால் மட்டும் வெளியே வரும் அந்த மூக்குப்பேணியின் மூக்கை நினைவுபடுத்தினார்கள்.

எகிப்தியர்கள் பாதிரிமாரின் நீண்டஅங்கியைப்போன்ற ஆடைகளை அணிகிறார்கள். அந்த உடைகள் பாலைவன வெப்பத்திற்கு ஏற்றதாக இருக்கும் என நினைக்கிறேன். எங்கள் பகுதி வேட்டி சேலை போல் உள்ளே சென்ற காற்று வெப்பத்தை வெளியேற்றும் காற்றோட்டத்தை உருவாக்கும் உடுப்பு

என நினைத்தேன். பெரும்பாலான பெண்களும் முகத்தைத் தவிர்த்து மற்ற பகுதிகளை ஆடைகளினால் மூடியிருந்தார்கள. ஆண்களிலும் பெண்களிலும் பெருந்தொகையினர் ஐரோப்பிய உடை அலங்காரத்தில் காணப்பட்டார்கள்.

அகமது இலகுவாக விசாவையும் எடுத்துக்கொண்டு, எங்கள் பெட்டிகளையும் எடுத்துவர உதவி செய்ததால் விமான நிலையத்தை விட்டுச் செல்வது மிகவும் இலகுவாக இருந்தது. மேலும் விமான நிலையத்தில் டாக்சியில் பேரம் பேசுவது போன்ற விடயங்கள் அவசியப்படவில்லை. ஒரு விதத்தில் இந்த பேரம் பேசும் சந்தர்ப்பம் கிடைக்காதது கவலையை அளித்தாலும் அரபிய மொழி தெரியாமல் பேரம் பேசுவது இமயமலை ஏறுவது போல் இருந்திருக்கும்.

மாலை நேர போக்குவரத்து நெருக்கடியில் ஹோட்டலுக்கு போவதற்கு ஒரு மணித்தியாலத்திற்கு மேல் எடுக்கும் என்று அகமது சொல்லிவிட்டு எங்களை வேனில் ஏற்றினார்.

சிவப்பு கலந்த மண்நிற கட்டடங்கள் நகரமெங்கும் அடுக்கு மாடியாக இருந்தன. வண்ணக் கலவையில் பச்சைக்கு பஞ்சம் இருந்தது. கண்களுக்கு அதிகமான வித்தியாசங்கள் இல்லை. எகிப்து 7 கோடி மக்களைக் கொண்ட பெரியதேசமாக இருந்த போதிலும் நைல் நதியை அண்டிய பிரதேசத்தில் மட்டுமே மக்கள் வாழ்கிறார்கள்.

உலக வரலாற்றில் பல போர்களையும் பல படையெடுப்புகளையும் பார்த்த தேசத்தின் தலைநகர் கெய்ரோ. அதன் சரித்திரத்தை மேலோட்டமாகவேனும் பார்க்காவிடில் மக்களையோ நகரத்தையோ புரிந்து கொள்ள முடியாது.

இப்போது உள்ள கெய்ரோவைப் புரிந்துகொள்ள சரித்திரத்தின் சில சுவடிகளைக் கொஞ்சம் பார்ப்போம்

தற்போதைய எகிப்து இஸ்லாம் மதத்தையும் இஸ்லாமிய கலாச்சாரத்தையும் பிரதிபலிப்பதால் நாம் பார்க்கும் சரித்திரம் இஸ்லாமிய மதத்தின் வருகையில் இருந்து தொடங்குகிறது. கிஞி 640 அரேபியாவில்—அக்கால அரேபியா இக்கால சிரியா, ஜோர்டான், ஈராக் மற்றும் அரேபிய வளைகுடா நாடுகளைக் கொண்டது. இந்தப் பகுதியில் இருந்து இஸ்லாம் எகிப்திற்குச் சென்றது. சிரியாவின் ஒரு மாகாணமாக மாறியது. அக்காலத்தில்

கெய்ரோ தலைநகராக இருக்கவில்லை. புராதன காலத்தில் இருந்து எகிப்தில் பல தலைநகர்கள் இருந்தன. புராதன எகிப்தின் தலைநகரம் மெம்பிஸ். கிரேக்கர் ஆண்டபோது அலெக்சாண்டிரா. கெய்ரோ பிற்காலத்தில்தான் எகிப்தின் தலைநகராகியது. AD 969 எகிப்துக்கு படை எடுத்த ருனிசியர்கள் அதனைக் கைப்பற்றினார்கள். (The Fatimid Caliphate — பாத்திமா முகமது நபியின் மகளாகவும் அலியின் மனைவியாகவும் இஸ்லாத்தின் முக்கியமான இடத்தை வகிப்பவர். இவரது பெயரில்தான் அக்காலத்தில் உருவாகிய வட ஆப்பிரிக்காவில் பெரிய பிரதேசத்தை உள்ளடக்கிய இராச்சியம் இருந்தது.) கைப்பற்றியதும் அல்—கயிரோ(AL Qahira) என்று பெயரிட்டு உருவாக்கிய நகரம் திரிபடைந்து பிற்காலத்தில் கெய்ரோவாகியது (Cairo). இந்த பாத்திமா கலிப்பேட் அரசு இஸ்லாத்தின் சியா எனப்படும் பகுதியில் இஸ்மயிலியை(Ismailism) சேர்ந்தவர்கள். ஆனால் அக்காலத்தில் பெரும்பாலான எகிப்திய மக்கள் சுனி இஸ்லாமியர்கள். மற்றவர்கள் கொப்ரிக் கிறிஸ்துவர்கள். இவர்கள் எகிப்தை சிலுவை யுத்தகாலம் வரை ஆண்டார்கள்.

சிலுவை யுத்தம் ஜெருசலேத்தை கைப்பற்ற மேற்கு ஐரோப்பிய ரோமன் கத்தோலிக்க அரசுகளால் 1096 தொடங்கப்பட்டபோது, பாலஸ்தீனம் பாத்திமா கலிப்பேட்டின் சுயாதீனமான ஒருபகுதியாக இருந்தது. இந்த சிலுவை யுத்தம் இருநூறு வருடங்கள் நடந்தது.

ஜெருசலேத்தை ஐரோப்பியரிடம் இருந்து மீண்டும் கைப்பற்றிய சலாடினால்(Saladin) எகிப்து சிரியாவில் ஒரு மாகாணமாகியது. இதன்பின்பு இதன் இடைப்பட்ட சில காலம் பிரான்சிய மன்னன் லுயிஸ் எகிப்தை(1249—1250) ஆளமுயன்றாலும் விரைவில் மாமலுக்கால்(Mamaluke) தோற்கடிக்கப்பட்டார்.

மாமலுக்கர்கள் சலாடினோடு போர்வீரர்களாக வந்த கோக்கேசிய இனத்தைச் சேர்ந்தவர்கள். இவர்கள் எகிப்தை பல நூற்றாண்டுகள் ஆண்டார்கள்.

1798 பிரான்சிய தளபதியாக நெப்போலியன் வந்து மாமலுக்கை தோற்கடித்தாலும் அவர்கள் அதிக காலம் நிற்கவில்லை. இங்கிலாந்தால் தோற்கடிக்கப்பட்டதால் பிரான்ஸ் வெளியேற 1801இல் அந்த இடத்தை ஓட்டமான் பேரரசு என அக்காலத்தில் சொல்லப்பட்ட துருக்கியர் பிரான்சின் வெற்றிடத்தை நிரப்பவந்தார்கள். அப்படி வந்த துருக்கிய படையணியின் தளபதி ஆர்மேனியாவை பிறப்பிடமாகக் கொண்ட முகம்மது அலி. அவரே தற்போதைய நவீன எகிப்தின்

தந்தையாவார். இவர் அன்னியராக இருந்த போதிலும் எகிப்தில் ஐரோப்பிய நாடுகள் போன்ற அரசை உருவாக்குவதற்கு அரச நிர்வாகிகள் தேவை என நினைத்து மாணவர்களை ஐரோப்பா அனுப்பினார். தொழிற்சாலைகள், பாதைகள், பாதுகாப்புப் படைகள் என்று ஒரு நவீனமான தேசத்துக்குத் தேவையான விடயங்களைக் கட்டமைப்பதிலும் ஈடுபட்டார்.

எகிப்தின் வரலாறு, எகிப்தியல் என ஒரு புதிய கல்விப் பகுதியாக பல பல்கலைக்கழகங்களில் வைக்கப்பட்டிருக்கிறது. இது வரலாறு மட்டுமல்ல பொறியியல், தொல்பொருளியல், மொழியியல் என பல துறைகளின் சேர்க்கையாகும்.

உலக வரலாற்றில் எகிப்தின் இடம் எவ்வளவு முக்கியமானது எனப் புரிந்து கொள்ள சிறிய தகவல் போதுமானது. வரலாறு பதிவாகிய காலத்திலிருந்து பேசப்படும் வீரர்களில் முக்கியமானவர்களான மகா அலெக்சாண்டர், ஜூலியஸ் சீசர் என்போர் கிறிஸ்துவிற்கு முன்பாக எகிப்துக்கு வந்து போனார்கள். சிலுவை யுத்தத்தை வென்ற கேடிஸ் முஸ்லீம் ஹீரோ சலாடின் பின்பு நெப்போலியன் இருவரும் பிற்காலத்தில் வந்து போனார்கள். இப்படியான வீரர்கள் நடந்த மண்ணில் நாம் காலடி எடுத்து வைக்கிறோம் என்பது பெருமையாக இருந்தது.

இதை விட எகிப்தின் பாதிப்பால் பல விடயங்கள் உலகத்தில் நடந்தன. அதில் ஒரு விடயம் நமக்கு முக்கியமானது.

ஐரோப்பாவுக்கும் ஆசியாவுக்கும் நடந்த வாணிபம் ஆரம்பகாலத்தில் சில்க் ருட் (Silk Route) எனப்படும் மத்திய ஆசியா வழியே நடந்தது. பல போரால் அந்தப் பாதை மூடப்பட்டபோது பெரும்பாலான கிழக்கு — மேற்கு— வாணிபம் எகிப்து வழியே நடந்தது. இந்த வியாபாரத்தை அக்காலத்தில் எகிப்தை ஆண்ட மாமலுக்கியர் தங்கள் கையில் வைத்திருந்தார்கள். இதனால் எகிப்து செல்வச் செழிப்பான நாடாக இருந்தது. இந்த ஒற்றைப்படையான வர்த்தகத்தை உடைக்கவே 1498ல் வாஸ்கோடகாமா கீழைத் தேசங்களிற்குப் புதியவழி தேடி தென் ஆப்பிரிக்காவைச் சுற்றி இந்தியா வந்தார். அதனால்தான் இலங்கைக்கு போர்த்துக்கேயர் வந்தனர். பின்னாட்களில் கோட்டை அரசனையும் சங்கிலி மன்னனையும் தோற்கடித்தனர்.

எமது வரலாற்றில் எகிப்தின் தாக்கம் எப்படி இருக்கிறது?

செங்கடலையும் மத்தியதரைக்கடலையும் இணைக்கும் கால்வாயை நெப்போலியன் கட்ட நினைத்தது பிற்காலத்தில். அதை முடித்தபின் ஆங்கில —பிரான்ஸ் கொம்பனிகள் தங்கள் வசம் வைத்திருந்தது. அதை கமால் அப்துல் நாசர் தேசியமயமாக்கியது போன்றவை உலக சரித்திரத்தில் ஆழமாக பதிவான விடயங்கள்.

எனது நண்பன் பிரயாண ஒழுங்கை செய்திருந்ததால் நான் கடைசிவரையும் எந்த ஹோட்டல் என்று கூட பார்க்கவில்லை. பிரயாண விடயங்களை ஒழுங்காக செய்வதில் அவனில் எனது நம்பிக்கை பலமானது. ஆனால் கிரடிட் கார்ட் பசிபிக் சமுத்திரத்தின் ஆழத்தில் இருக்க வேண்டும். மற்றபடி எந்தக் குறையும் இல்லை.

எங்களைச் சுமந்து கொண்டு வந்த வாகனம் வந்து சேர்ந்த இடம் கெய்ரோ மரியட். நைல் நதிக்கு மிக அருகாமையில் மட்டுமல்ல கெய்ரோவின் பிரதான பகுதியிலும் உள்ளது. அவுஸ்திரேலியாவில் இருந்து பல மணித்தியால பயணம் என்பதால் விரைவாக அறைகளுக்குப் போய் இளைப்பாறுவது என்பதுதான் எமது நோக்கமாக இருந்தது.

எமது அறையிலிருந்து நைல் நதி பார்க்கக் கூடியதாக இருந்தது. நாங்கள் வெளியே பார்க்கிறோமோ இல்லையோ அறையின் ஜன்னல் ஊடாக என்ன தெரிகிறது என்பது முக்கியமானது. ஒருமுறை சென்னையில் ஒரு ஹோட்டலில் நடுஇரவில் சென்று தங்கிவிட்டு காலை எழுந்ததும் அருகில் ரயில்வே தண்டவாளங்களைப் பார்த்துவிட்டு உடனே அந்த ஹோட்டலை காலி செய்தேன். அதேபோல் சைகோனில் எங்களுக்குத் தந்த அறையில் ஜன்னலே இருக்கவில்லை. மூன்று பக்கமும் சுவராக இருந்தது. இவ்வளவிற்கும் அமெரிக்கர்கள் கடைசியாக இருந்துவிட்டு தப்பிப்போன ஹோட்டல் சைகோன். உடனே காலிசெய்தேன். இணையத்தில் பதிவு செய்யும்போது எல்லாவற்றையும் காட்டுவார்கள். ஜன்னலைத்தவிர.

விமானத்தில் பயணம் செய்பவர்களுக்கு எப்படி வெளியேறும் கதவுகள் முக்கியமோ அதேபோல் ஜன்னலும் முக்கியம். பணத்தை கொடுக்கும்போது நமக்கு விரும்பியதை கேட்பது நீதியானதுதானே?

நைல் நதியின் காட்சியில் லயித்துக்கொண்டிருந்த போது அறைக்கு வந்து அரை மணித்தியாலமாகியும் எமது உடைகளைக் கொண்ட பொதிகள் வரவில்லை.

“என்ன பெரிய ஹோட்டல் என்கிறீர்கள். அரைமணிநேரமாக பேக்குகளைக் காணவில்லை” என்றாள் எனது மனைவி.

தொலைபேசியில் கஸ்ரமர் சர்விஸில் கேட்டபோது அந்தக் குரல்,

“நீங்கள்தானே அந்த இந்தியப் பெண்மணியோடு வந்தவர். இன்னும் ஐந்து நிமிடத்தில் உங்கள் பொதிகள் வந்து சேரும்” எனச்சொன்னது.

ஒரு விதத்தில் ஆச்சரியமாக இருந்தது. மறுபுறத்தில் கோபமாக வந்தது. ஒரு இந்திய அயிட்டத்தை தள்ளிக்கொண்டு வந்த எகிப்தியன் என்ற அர்த்தமா. இல்லை இஸ்லாமிய நாகரீகத்துக்கு ஏற்ப முடிந்தவரை உடலை மறைத்துப் போடும்படி சொன்னதால் பஞ்சாபி உடையை அணிந்து என் மனைவி வந்ததால் வந்த குழப்பமா என்பது தெரியவில்லை. அவன் சொன்னதை எனது மனைவிக்குச் சொல்லியிருந்தால் என்ன நடக்கும் என நினைத்துவிட்டு அமைதியை வேண்டியதால் சொல்லாமல் “விரைவில் பொதிகள் வரும்” என்றேன்.

நாங்கள் ஐரோப்பிய கலாசாரத்தை ஏற்று உடைகளை அணிந்து கொண்டு பெண்களை மட்டும் நமது கலாசாரத்தை சுமக்கும் சுமைதாங்கியாக மாற்றிவிடுகிறோம். அவுஸ்திரேலியாவில் ஏதாவது விசேடத்திற்கு நான் சூட் போட்டால் எனது மனைவி பட்டுச்சேலை கட்டுவது எனக்கே வியப்பாக இருக்கும். இதேமாதிரியான காட்சிகள் எகிப்தில் மட்டுமல்ல துபாயிலும் கண்டேன். ஏவாள் தடை செய்யப்பட்ட பழத்தை சாப்பிட்ட காலத்தில் இருந்து இனப்பெருக்கத்தின் சுமையுடன் இந்த கலாசார சுமையையும் அவர்களிடம் கொடுத்துவிட்டு ஹாயாக முன்னால் நடக்கிறோம். குறைந்தபட்சம் ஐரோப்பியர் பக்கத்தில் நடக்கிறார்கள். ஆசியர்கள் சில அடி முன்னால் நடக்கிறார்கள்.

ஹுக்கா புகைத்தல்

கெய்ரோவில் நாங்கள் தங்கிய ஹோட்டலின் உள்ளே செல்லும்போது பலத்த பாதுகாப்பு ஏற்பாடுகள் இருந்தன. அவை விமானமேறுவதற்கு முன்பாக செய்யப்படும் பாதுகாப்பு நடவடிக்கைகளான மெற்றல் டிடெக்ரர், செக்கியுரிட்டி ஸ்கானர் என்பனவாகும். இதே போன்ற பாதுகாப்புகளைத் தாண்டித்தான் இலங்கையில் சில மந்திரிமாரை போர்க் காலத்தில் பார்க்கப் போகவேண்டும். டெல்லியில் சில ஷொப்பிங் பிளாசாக்களுக்குள் சென்ற போதும் இந்த அனுபவம் ஏற்பட்டது. ஆனால் உல்லாசப் பயணியாக சென்ற அந்த நாட்டில் ஹோட்டலில் ஏற்பட்ட அனுபவம் கொஞ்சம் சங்கடமாக இருந்தது. இந்த ஹோட்டல் ஏனையவை போன்றது அல்ல. எகிப்தின் அரசரால் அக்காலத்தில் ஒரு பெரிய சாம்ராச்சியத்தின் மகாராணி தங்குவதற்காக கட்டப்பட்டது.

இந்த ஹோட்டலின் பின்னால் ஒரு வரலாறு இருக்கிறது. எகிப்தில் எங்குதான் வரலாறு இல்லை என நீங்கள் நினைக்கலாம். உண்மைதான்.

19ஆம் நூற்றாண்டில் எகிப்தை ஆண்ட முகம்மதலியின் பேரனாகிய கெடிவ் இஸ்மயில் (Khedive Ismail) காலத்தில் சூயஸ் கால்வாயைத் திறந்து வைக்கும்போது அந்த வைபவத்திற்கு வருகை தரும் முக்கிய விருந்தாளியை தங்கவைக்க இந்த மாளிகை கட்டப்பட்டது.

மாளிகையின் பெயர் ஜெசிரா பேலஸ் (Gezira Palace) பிரான்ஸ் நாட்டின் மகாராணி தங்குவதற்காக பிரான்சில் உள்ள அரசமாளிகையின் பிரதியாக வடிவமைத்து கட்டப்பட்டது இந்த மாளிகை. போர்க்காலத்தில் வைத்தியசாலையாக மாறியது. இப்பொழுது ஆயிரம் அறைகள் கொண்ட ஹோட்டலாக உருவாகியுள்ளது. நைல் நதிக்கரையில் வாசல் வைத்து வரவேற்பு பகுதி பறவையின் உடலாகவும் ஆயிரத்துக்கு மேற்பட்ட அறைகள் இரண்டு சிறகுகளாகவும் கெய்ரோவின் மத்திய பகுதியில் அமைந்துள்ளது.

அக்காலத்து அரசமாளிகைகள் தற்பொழுது இந்தியாவில் ஹோட்டலாக மாற்றப்பட்டு உள்ளன. அழகையும், அமைப்பையும், பாதுகாப்பதற்கு உதவும் அதே நேரத்தில் சாமானியர்கள் பார்த்து மகிழவும் வசதியாக உள்ளது.

இரவு உணவை எகிப்தின் உணவாக சாப்பிடவேண்டும் அத்துடன் வெளியே சென்று பார்ப்பதும், சாதாரண மக்களையும் சுற்றாடலை அறிவதற்கும் உதவும் என்பதால் வெளியே வழிகாட்டி இல்லாமல் சென்றோம். எனது மனதில் நைல் நதியில் உருவாகிப் பின்பு ஆப்பிரிக்கா எங்கும் மிக விரும்பி உண்ணப்படும் நைல் பேச் எனப்படும் மீனை ருசித்துப் பார்க்க எண்ணம் இருந்தது. அவுஸ்திரேலியா நன்னீர் மீனான பரமண்டியை (Barramundii) சாப்பிட்டதால் அதை விட ருசியாக நைல் பேச் இருக்கும் என்பது என் கேள்வி ஞானம். ஆப்பிரிக்காவில் இருந்த எனது நண்பன் கூறினான். “பரமண்டி நாக்கில் உருகும் என்றால் நைல்பேச் நாக்கில் கரையும்.” அந்தக் கூற்றில் உள்ள உண்மையை அறிந்து கொள்ள ஆவல் ஏற்பட்டு இருந்தது.

பல சந்துகள் கடந்து உணவு விடுதியைத் தேடிச் சென்ற போது பலகாலம் மழை கண்டிராத வரண்ட தரைகள், குறுகிய சந்துகள், உடலுழைப்பாக வேலை செய்யும் தொழிலாளர்கள் கண்களில் தென்பட்டார்கள். ஆண்டவன் ஆதாமின் விலா எலும்பை தேடும் நேரத்தில் உள்ள நிலைமை போன்று மூலை முடுக்குகள் எங்கும் பெண்களைக் காணவில்லை.

கட்டடங்கள், மனிதர்கள், தாவரங்கள் எல்லாம் இந்தியாவின் ஜெய்ப்பூர் பகுதியில் செல்வது போன்ற உணர்வைத் தந்தது. எல்லாம் பாலை நிலத்தின் வெளிப்புறக்காட்சிகள். மாலை நேரமானதால் நாங்கள் தேடிய உணவு விடுதியை கண்டுபிடிப்பதற்கு சிரமமாக இருந்தது. எங்களுடன் வந்த பெண்மணிகள் ஹோட்டலில் சாப்பிட்டிருக்கலாம் என்றனர். பிரயாண களைப்பு அவர்களை அப்படிச் சொல்ல வைத்தது. எங்கள் ஆங்கிலத்திற்கும் எகிப்திய அரபு மொழிக்கும் நடந்த சிறிய மொழிப் போராட்டத்தின் பின்பாக, அந்த ஹோட்டலை அடைந்தபோது, நாங்கள் எதிர்பார்த்த மேசைகள், திரைகள் மற்றும் பாலிஷ் செய்த யுனிபோர்ம் அணிந்த பரிமாறுபவர்கள் என்ற நாகரீகமான சூழ்நிலையில் அந்த உணவு விடுதி இருக்கவில்லை.

கதவைத் திறந்து உள்ளே சென்றபோது மிகவும் இருட்டாக இருந்தது. உள்ளே செல்லுவதற்கு வாசலில் தயங்கிய போது, உட்பகுதி யாழ்ப்பாணத்தில் புகையிலை போட்டு வாட்டும் குடில்போல் புகை மண்டலமாகக் காட்சியளித்தது. முன்வைத்த காலை பின்வைக்காமல் மெதுவாக அடியெடுத்து உள்ளே சென்றால் உள்ளூர்வாசிகளுடன் பல ஐரோப்பியரும் ஹுக்கா எனப்படும் நீண்ட குழாய் மூலம் புகையிலையை புகைத்துக் கொண்டிருந்தார்கள்.

ஆரம்பத்தில் பாரசீகத்தில் தொடங்கி பின்பு, இந்தியா மற்றும் ஐரோப்பிய நாடுகளில் புகையிலையை வைத்து அதை கரியின் ஊடாக எரித்து புகையை தண்ணீர் ஊடாக இழுத்துப் புகைத்தல் இப்பொழுது மத்திய கிழக்கு அரேபிய நாட்டின் கலாச்சார கூறாகிவிட்டது.

இந்தப் புகையில் ஆப்பிள், திராட்சை என பல வாசனைகளையும் சேர்த்து புகைத்தபடி கோப்பியை குடிப்பது ஒரு பொழுது போக்காகிவிட்டது. இதற்காக ஏராளமான கபேக்கள் தெரு எங்கும் உள்ளன. மேற்கு நாட்டவர்களுக்கு மதுசாலைகள், அவர்கள் கலாச்சாரத்தில் இடம்பெறுவது போல். நாங்கள் சென்ற உணவுச்சாலையிலும் மேற்கு நாட்டவர்கள் பியரை குடித்துக்கொண்டு உணவு வரும் வரையும் இந்த புகைத்தலில் ஈடுபட்டார்கள்.

உணவகங்கள் எங்கும் புகைத்தல் தடைசெய்யப்பட்ட அவுஸ்திரேலியாவில் இருந்து சென்ற எனக்கு ஆரம்பத்தில்

சங்கடமாக இருந்தது. மற்றவர்களுக்கு வெறுப்பாக இருந்தது. குறைந்தபட்சம் என்னோடு வந்தவர்களில் எனக்கு மட்டும் இளவயதில் சிகரட் பிடித்த அனுபவம் உள்ளது. உள்ளே சென்று அமர்ந்ததும் கொஞ்சம் புகையோடு வந்த சிறிதளவு பிராணவாயுவை சுவாசிக்க எனது நாசி பழகிவிட்டது.

அன்று நைல் பேர்ச் இல்லை. எனக்கு ஏமாற்றம். கத்தரிக்காயை எண்ணெயில் வாட்டி அத்துடன் ஆட்டிறைச்சியும் சோறும் கொண்டு வருவதற்கு ஓடர் கொடுத்திருந்தோம். உணவு வரும் வரையும் நானும் எனது நண்பனது மகன் அனுஸ்சும், ஹுக்காவை புகைப்பது எனத் தீரமானித்து கொண்டுவரச் சொன்னோம்.

புகைத்தல் உடலுக்கு ஆரோக்கியமானது அல்ல என்று எனது மனைவியாருக்கு முகம் கோணியது.

பாம்பு தின்னும் ஊருக்குச் சென்றால் நடுமுறி நாங்கள் உண்ண வேண்டும் என்றேன்.

எங்களுக்கு திராட்சை வாசத்துடன் புகைப்பதற்கு கொண்டு வரப்பட்டது. இது சாதாரண சிகரட் புகைத்தலில் இருந்து சிறிது வேறுபடுகிறது. புகையிலையில் இருந்து வரும் தார் எனப்படும் கரியே புகைத்தலின் போது முதலாவதாக உணரப்படுவது. அதுதான் நுரையீரலில் தூசிபோல் படிகிறது. அந்தத் தார் இங்கு தண்ணீரில் கரைந்து விடுகிறது. மேலும் புகை தண்ணீர் ஊடாக வருவதால் சூடாக இருப்பதில்லை. ஆனால் சராசரியாக ஹுக்காவை அதிக நேரம் புகைப்பதால் அதிகமான நிக்கொட்டின் செல்வதுடன் உடலில் பல தீங்குகளை உருவாக்குகிறது. இந்த நிக்கொட்டினே புகைத்தலின் உந்து சக்தியாகிறது.

மறுநாள் வெள்ளிக்கிழமை கெய்ரோ மியூசியம் செல்வதாக இருந்தது. அந்த மியூசியத்தின் ஒரு பக்கத்தில் டாகிர் ஸ்குயர் (Tahrir square) உள்ளது. எகிப்தில் நடந்த மக்கள் போராட்டத்தில் பழைய ஜனாதிபதியாக இருந்த முபாரக் அகற்றப்பட்ட பின்பு முக்கியமான அம்சமாக இந்த வெள்ளிக்கிழமை தொழுகையை நடத்திவிட்டு, இந்த ஸ்குயரில் மக்கள் கூடி ஆர்ப்பாட்டம் செய்வார்கள். ஆரம்பத்தில் முபாரக்குக்கு எதிராக ஒன்றாக இருந்த மக்கள் தற்போதைய முஸ்லீம் பிரதர்கூட் தலைமையில் அரசாங்கம் அமைந்தபோது இரண்டாகப் பிரிந்தார்கள். எகிப்தில் இந்தப் பிரிவு மேற்கு நாடுகளிலும் மற்றைய நாடுகளிலும் பழமைவாதக்கட்சிகள்

மற்றும் தொழிற்கட்சிகள் போன்ற தன்மையுடையவை. ஆனால் இப்படியான முரண்பாட்டை தீர்க்கும் பொறிமுறை இன்னமும் எகிப்தில் உருவாகவில்லை. அரேபிய நாட்டில் அப்படியான பொறிமுறை உருவாவதற்கு சாத்தியமான நாடும் எகிப்துதான். அதன் மூலம் மற்றய அரபு நாடுகளுக்கு முன்னுதாரணமாக இருக்க வாய்ப்புண்டு.

கெய்ரோ மியூசியம் செல்லாமல் காலையில் சிற்றாடல் எனப்படும் முக்கிய கோட்டைக்குச் சென்றோம். ஜெருசலேமைச் சுற்றி சிலுவை யுத்தம் நடந்தபோது அங்கு போரிட்ட மேற்கு ஐரோப்பிய கத்தோலிக்க அரசுகள் எகிப்தை தாக்கலாம் என எண்ணிய சலாடினால் 1176 இல் இந்த கோட்டை கட்டப்பட்டது. ஆனால் அது சலாடினால் முடிக்கப்படவில்லை. பின்னால் வந்தவர்களால் இந்தக் கோட்டை கட்டிமுடிக்கப்பட்டது. இங்கிருந்துதான் அடுத்த 700 வருடங்கள் முழு எகிப்தின் ஆட்சி நடந்தது.

அக்காலத்தில் அங்கு அழிக்கப்பட்ட 19 நூற்றாண்டின் பள்ளிவாசல் மற்றும் மியூசியம் என்பன மீள்நிர்மாணம் செய்யப்பட்டன. எகிப்தை பார்க்க வருபவர்கள் இந்த இடத்தை தவறாமல் பார்ப்பார்கள். இந்தப் பகுதி சிறிய மலையில் இருப்பதனால் இங்கு இருந்து பார்க்கும் போது முழுக் கெய்ரோவும் தெரிகிறது. இந்தக் கோட்டையில் அழகான பள்ளிவாசல் அலபஸ்ரர் என்ற கல்லால் கட்டப்பட்டுள்ளது. இந்த அலபஸ்ரர் என்பது பொதுவாகச் சொன்னால் நமது ஊர் பளிங்கு. அது எகிப்தில் கல்சியம் காபனேற் கலந்தது. ஆனால் ஐரோப்பிய பளிங்கு ஜிப்சம் வகையைச் சேர்ந்தது. அவுஸ்திரேலியாவில் ஐரோப்பிய பளிங்கு சிறந்தது என்பார்கள்.

இந்த அலபஸ்ரரை புராதன மன்னர்கள் தங்களது கட்டட வேலைகளுக்கு பாவித்திருக்கிறர்கள். சிலைகள், வாசனைப் போத்தல்கள், ஆலயங்களின் ஜன்னல்கள் என்பனவற்றுக்கு பாவிக்கப்படும் இந்தப் பளிங்கு எகிப்தில் பிரபலமானது. தூய்மையான பளிங்கு வெள்ளை நிறமானது. மற்ற மூலப் பொருட்களில் சேர்க்கை இருந்தால் அவற்றிற்கு ஏற்ப வண்ணம் பெறுவது இந்த அலபஸ்ரர் ஆகும். இந்த அலபஸ்ரர் பள்ளிவாசல் முகம்மதலி தனது இறந்த மகனது நினைவாகக் கட்டியது எனச்சொல்லப்படுகிறது. ஆனாலும் இதற்கு முன்பு மாமலுக்கர்களது பல அடையாளங்களை அழித்துத்தான் இந்தப் பள்ளிவாசல்

எழுந்தது என்ற வரலாறும் உண்டு.

இஸ்லாமியப் பள்ளிவாசல்கள் அடிப்படையில் மூன்று வகைப்படுகிறது. அரேபிய, பாரசீக, துருக்கிய கட்டட அமைப்பு வடிவம். இவைகள் மினரிட்டிலும் டோமுகளிலும் வேறுபடுத்தப்படும்.

இந்தப் பள்ளிவாசல் பென்சில் போன்ற இரு மினரட்டுகளுடன் நடுவில் வட்டமான கூரை, அதைச்சுற்றி அழகான நான்கு அரைவட்டக் கூரைகள் அமைந்த அமைப்பு. வெளிப்பகுதி வெகுதூரத்திலேயே கண்ணைக் கவரும் தன்மையுடையது. உயிருள்ளவற்றை சித்திரமாக்கக் கூடாது என்ற கட்டுப்பாட்டை ஏற்றுக்கொண்டு அலங்கரிக்கப்பட்ட உள்பகுதி மிகவும் கண்ணைக் கவருகிறது. இங்கே முகம்மதலியின் சமாதியும் உள்ளது.

நாங்கள் சென்ற நாளன்று அங்கே பலர் தொழுதுகொண்டு இருந்தார்கள். இந்த அழகான கட்டடத்தை வார்த்தைகளால் வர்ணிப்பது அவ்வளவு இலகுவான காரியமல்ல. இதை விட மாமலுக்கியரால் முன்பு கட்டப்பட்ட பாரசீக சாயலான பள்ளிவாசல் இங்குண்டு. அந்தப் பள்ளிவாசலில் உள்ள மினரட்டைக் கொண்டே இதை பாரசீகத்தின் சாயல் என்கிறார்கள். பழைய கட்டடங்களில் இது மட்டுமே தப்பியுள்ளது. அதற்குக் காரணம் இந்தப் பள்ளிவாசல் குதிரை கட்டும் இடமாக பாவிக்கப்பட்டது.

இந்த அழகான இடங்களில் பல பயங்கரங்களும் நடந்திருக்கின்றன. எகிப்தில் அன்னிய நாடுகளான கிரீஸ், ரோம் மற்றும் பிரான்ஸ் நாட்டினர் என ஆக்கிரமிப்பு, கொலை, புராதன கட்டடங்களை இடித்தல், கலாச்சாரத்தின் விலைமதிக்க முடியாத பொருட்களைத் திருடுதல் என கொடும் செயல்கள் செய்திருக்கிறார்கள் . அதற்கு சற்றும் குறைவற்று இஸ்லாமிய காலத்தில், அதாவது சிலுவை யுத்தத்தின் பின்பு அராபிய, பாரசீக மற்றும் துருக்கியர்கள் இஸ்லாம் என சொல்லிக்கொண்டே அதே அழிவு வேலைகளைச் செய்திருப்பதும் எகிப்தின் வரலாறாகிறது.

முகம்மது அலி துருக்கியின் பிரதான பிரதிநிதியாக வந்தபோது அக்காலத்தில் எகிப்தில் அன்னியரை எதிர்த்த மாமலுக்கியரை விருந்துக்கு அழைத்து கபடமாக இந்தக் கோட்டையில் 500 பேரைக் கொலை செய்தது எகிப்தின் வரலாற்றில் முக்கியத் திருப்பம்.

இங்குள்ள பொலிஸ் மியூசியம் இங்கு முன்னாள் ஜனாதிபதி அன்வார் சதாத்தை கொலை செய்த குற்றவாளியையும் மற்றும்

பலரையும் வைத்திருந்ததாக சொல்கிறது. இன்னும் முக்கியமான இரு பெண்கள் இங்கிருந்தார்கள். 1921 இல் அலெக்சாண்ரியாவில் விபச்சார விடுதி நடத்திய இரு சகோதரிகள் 17 பெண்களை கொலை செய்திருக்கிறார்கள். இந்த இரு பெண்களான இராயா, சக்கீனா பற்றி தற்போது பல நாடகங்கள், திரைப்படங்கள் தயாரிக்கப்படுகினறன. நாவல்களும் எழுதப்படுகின்றன. அந்தச் சகோதரிகள் கலைப்படைப்புகளுக்கு கருப்பொருளாகிறார்கள். வெள்ளிக்கிழமை காலை முழுவதும் இந்தக் கோட்டையை சுற்றிப்பார்த்தோம். ஆனாலும் ஒரு கிழமை நின்று பார்க்கத்தக்க இடமாக அது இருந்தது.

எகிப்தில் நடக்கும் அரசியல் போராட்டம் பல மேல் நாட்டு உல்லாசப் பயணிகளை முக்கியமாக அமெரிக்கர்களை பயமுறுத்தியுள்ளது தெரிகிறது. அதனால் பல இடங்கள் நெருக்கடி இன்றி ஆறுதலாகப் பார்க்கக்கூடியதாக இருந்தது.

கான் எல்-காலில் கடைவீதி

சலாடினால் கட்டப்பட்ட சிற்றாடல் என்ற அந்தக் கோட்டையின் சில பகுதிகளை மட்டும் பார்த்து முடித்துக்கொண்டு மதியத்திற்கு கெய்ரோவின் கடைகளைப் பார்ப்பதாக ஜனநாயக முறையில் தீர்மானித்தோம். எந்த ரகமான கடைகள் என்பது பிரச்சனையாக முளைத்தது. பெண்கள் நவீன சொப்பிங் கொம்பிளக்ஸ் போவோம் எனக் கூறியபோது எனது நண்பனும் நானும் புராதன காலமாக அமைந்துள்ளதும் அதிகமாக உல்லாசப்பிரயாணிகள் செல்லும் பெரியகடைவீதி அருகில் உள்ளது. அங்கு செல்வோம் என்று முடிவு எடுத்து கான் எல்—காலில் (Khan El Kalili) கடைவீதிக்கு சென்றோம்.

வெள்ளிக்கிழமையாதலால் அந்தப் பகுதியில் நமது நல்லூர் திருவிழா போல் உள்ளூர் மக்கள் நின்றார்கள் ஆனால் வெளிநாட்டு உல்லாசப்பிரயாணிகளைப் பெருமளவு அங்கு காணவில்லை. பள்ளிவாசல், கடைவீதி மற்றும் கோப்பி கடைகள் என எல்லாம் அருகருகே அமைந்துள்ளன.

கான் எல்—காலில் என்பது கெய்ரோவில் கடைகள் உள்ள இடம். 1382 ஆண்டுகாலத்தில் மாமலுக்கியரால் உருவாக்கப்பட்டது. அதன்பின் ஒட்டமான் காலத்தில் புனர்நிர்மாணிக்கப்பட்ட பல நூற்றாண்டுகளாக பழமைவாய்ந்த கடைப்பகுதியாகும். இது அரசுகள் இருந்து ஆண்ட சிற்றாடலுக்கு அருகில் அல்குசையின் பள்ளிவாசலும் (el Hussain mosque)இருக்கிறது. இதை கெய்ரோவின் இஸ்லாமியப் பகுதி என்பார்கள். எப்பொழுதும் வெளிநாட்டு உல்லாசப்பிரயாணிகளும் உள்ளூர்வாசிகளும் நிறைந்து காணப்படுவார்கள். ஏராளமான கோப்பி கபேக்கள் இங்கு இருக்கிறது. சென்னையில் பர்மா பசார், புதுடெல்லியில் சாந்தினி சவுக் போன்றது. ஆனால் ஆயிரக்கணக்கில் கடைகள் இருப்பதால் என்ன பொருட்களும் இங்கு வாங்கலாம்.

இப்படியாக வெளிநாட்டவரும் உள்நாட்டவர்களும் கூடும் இடமானபடியால் மூன்று முறை பயங்கரவாதிகளால் தாக்குதலுக்கு உள்ளாகியுள்ளது. வெளிநாட்டவர்கள் குழுமும் இடமாகவும் கடைகளும் நெருக்கமாக இருப்பதால் பயங்கரவாதிகள் இந்த இடத்தை தேர்ந்தெடுத்திருக்கிறார்கள். பயங்கரவாதத்தில் மரணிப்போரின் எண்ணிக்கை பயங்கரவாத செயலின் தாக்கத்தின் அளவுகோலாக இருக்கிறது. நவீன ஊடகங்களும் இதே அளவுகோலை பாவிப்பது இந்த செயலில் ஈடுபடுவோர்களுக்கு ஊக்கத்தையும் பிரசாரத் தாக்கத்தையும் கொடுக்கிறது.

இங்கு எனது மனைவி சியாமளாவும் நண்பனின் மனைவி நிருஜாவும் பட்சணக்கடைக்குள் பாயும் சிறுவர்கள் போல் செல்லும்போது நானும் நண்பனும் பின்தொடர்வதைவிட வேறு வழியில்லை. இந்த இடத்தில் மூன்று முறை குண்டு வெடித்த விபரம் அவர்களுக்குத் தெரியாது.

தெரியாமல் இருப்பதும் நன்மையே.

முயலுக்கு தனக்காக வேட்டைக்காரன் காத்திருப்பது தெரியாது. மீனுக்கு தூண்டில் முள் இரையின் பின் இருப்பது தெரியாது. அதேபோல் மனிதனும் தன்னை சூழ்ந்த விடயங்களை மற்றும் வரலாற்றை சிந்திக்காத போதும், விடயத்தைப் புரிந்து கொள்ளாதபோதும், அதனைப் பற்றி பொருட்படுத்தாமல் இருக்கும்போதும் அவனால் மகிழ்வாக இருக்கமுடிகிறது.

2005ல் தற்கொலைத்தாக்குதல் நடந்தபோது பல உல்லாசப்பிரயாணிகள் கொல்லப்பட்டார்கள். அதேபோல் 2009

பெப்ரவரியில் குண்டு வெடித்து பதினேழு வயதான பிரான்சியப் பெண் இறப்புடன், மேலும் பலர் காயங்கள் அடைந்தனர். அதே இடத்திலே நான் நின்று கொண்டிருக்கும்போது மனம் பயங்கரவாதிகளையும் அவர்கள் நியாயங்களையும் மீள்பரிசீலிக்கிறது

எந்தவொரு அரசியல் நோக்குடனும் சம்பந்தமில்லாத அப்பாவி மக்களைக் கொலைசெய்வதும், அவர்களை காயப்படுத்துவதுமான பயங்கரவாதம் நமது நாட்டிலும் பல காலமாக பேசும் பொருளாகியது. மக்களுக்கு ஏதோ ஒரு விடிவைத்தரும் வழிமுறையென பல அறிவாளிகளால் கூட ஊக்குவிக்கப்பட்டது.

உலக சரித்திரத்தில் இந்த பயங்கரவாதத்தின் தோற்றுவாயை தேடியபோது பைபிளின் பழைய ஏற்பாட்டில் உள்ள கதையில் இஸ்ரேலியர்களின் ஹீரோவாக சாம்சன் வரலாறு முதலாவதாக எழுதப்பட்டதை பயங்கரவாத சம்பவமாகப் புரிந்து கொள்கிறேன்.

தற்போது சொல்லப்படும் பயங்கரவாதத்தின் ஆணிவேர் மத்திய கிழக்கில் உள்ளது என்றால் பலருக்கு ஆச்சரியம் ஏற்படும். ஏன் என்னில் ஆத்திரமும் ஏற்படலாம். ஆனால் பைபிளின் பழைய ஏற்பாட்டை, மதத்திற்கு அப்பால் நின்று ஒரு சமூகத்தின் இலக்கிய வரலாறாக பார்க்கும்போது சாம்சனின் கதை இதைத்தான் சொல்லுகிறது. பழைய ஏற்பாட்டில் அறிமுகமில்லாதவர்களுக்காக இந்தக் கதையை சிறிது விபரமாகச் சொல்லவேண்டி இருக்கிறது.

இஸ்ரேலியர்களின் கிளைக்குலத்தைச் சேர்ந்த மனோவின் (Manoah) மனைவியின் முன்பாக (மனைவியின் பெயரை பைபிள் சொல்லவில்லை) தேவனின் தூதுவன் தோன்றி "நீ மலடாக, குழந்தை இல்லாமல் இருக்கிறாய். ஆனால் விரைவில் குழந்தையைப் பெறுவாய். அதனால் கர்ப்பகாலத்தில் வைனையோ நொதித்த பதார்த்தத்தையோ அல்லது அசுத்தமான பண்டங்களையோ உண்ணாதே. உனக்கு விரைவில் ஆண்குழந்தை உண்டாகவிருக்கிறது. அந்தக் குழந்தையின் தலைமயிரை எக்காலத்திலும் மழித்துவிடாதே. இவன் இஸ்ரேலியர்களை, பிலிஸ்டைனியரிடம்(philistines) இருந்து காப்பாற்றுவான்."

அந்தப் பெண் கணவனிடம் சென்று கடவுள் தோன்றியதையும் தனக்குக் கிடைத்த சேதியையும் சொல்லிவிட்டாள். மனோ கடவுளை தானும் காண ஆசைப்பட்டதால் தேவதூதன் அவனிடம் தோன்றி அந்த கர்ப்பகாலத்தில் புறக்கணிக்க வேண்டிய விடயத்தை அவனிடமும் சொல்லி மறைந்தார்.

சாம்சன் வளர்ந்து பிலிஸ்டைனிய பெண்ணைக் காதலித்த போது அன்னியகுலப் பெண்ணென பெற்றோர்கள் மறுத்தார்கள். ஆனால் பின்பும் விடாப்பிடியாக அவர்களை வற்புறுத்தி அந்தப்பெண் இருக்குமிடத்திற்கு பெற்றோரோடு செல்லும் போது சிங்கம் ஒன்று உறுமிக்கொண்டு எதிர்வந்தது. தேவனின் ஆவி சாம்சனில் குடிபுகுந்ததும் அந்த சிங்கத்தை ஆட்டுக்குட்டிபோல் கிழித்துக் கொன்றுபோட்டான்.

பலத்த எதிர்ப்புகளுக்கிடையில் பிலிஸ்டைனிய பெண்ணை மணக்க பெற்றோர்கள் சம்மதித்ததும் வழியில் அவனால் கிழித்துப் போடப்பட்ட சிங்கத்தின் சடலத்தில் தேன்கூடு கட்டியிருந்தது. அந்த தேன்கூட்டில் உள்ள தேனை எடுத்துக் குடித்ததுடன் தாய் தந்தையர்களுடனும் பகிர்ந்து கொண்டான். சிங்கத்தைக் கொன்றதையும் சடலத்தில் இருந்து தேன் எடுத்ததையும் சாம்சன் பெற்றோரிடம் மறைத்துவிட்டான்.

குலத்துக்குரிய சம்பிரதாயத்துக்கு ஏற்றபடி திருமண விருந்தில் சாம்சனுக்கு முப்பது தோழர்கள் மணமகளோடு கிடைத்தார்கள். அப்பொழுது சாம்சன் அவர்களுக்கு ஒரு விடுகதை சொல்லவிருப்பதாகவும் அந்த விடுகதையை அவிழ்த்தால் முப்பதுபேருக்கும் அணிந்துகொள்ள உடையளிப்பதாகவும் இல்லையேல் அவர்கள் தனக்கு உடைகள் வாங்கி அளிக்கவேண்டும் எனவும் கூறினான்.

அவர்கள் அதற்கு சம்மதிக்கவும் உலகத்தில் பலமானதும் இனிப்பானதும் எது என விடுகதை போட்டான்.

மூன்று நாட்களாக அவர்கள் பதில் சொல்லவில்லை. நான்காவது நாள் சாம்சனின் மனைவியிடம் தோழர்கள் விடுகதையின் விடையை அறிந்து வரும்படி கூறினார்கள். பெண்ணின் நச்சரிப்புத் தாங்காமல் ஏழாம் நாள் அந்த விடுகதையை மனைவியிடம் கூறியதும், அதை அவளிடம் இருந்து அறிந்து கொண்ட தோழர்கள் இனிமையானது தேன் பலமானது சிங்கமென்றனர்.

அப்பொழுது சாம்சன் எனது கன்னிப்பசுவை வைத்து நீங்கள் வயலை உழாதுவிடில் இது உங்களுக்குப் புரிந்திராது எனக்கூறி அவர்களது உடைகளை உருவியதுடன், ஆத்திரத்தில் வீடு திரும்பியதால், சாம்சனின் மனைவியாகவிருந்தவள் அங்கு வந்திருந்த நண்பனொருவனுக்கு கொடுக்கப்பட்டாள்.

சில நாட்களின் பின் இளம் ஆட்டுடன் மீண்டும் மனைவியை தேடிச்செல்ல முயன்றபோது சாம்சனின் தந்தை, அவளை ஏற்கனவே நண்பனுக்குக் கொடுத்துவிட்டாய். உன் மனைவியின் தங்கை அழகானவள். அவளை உன்னுடையவளாக எடுத்துக்கொள்

என்றபோது "இல்லை பிலிஸ்டைன்களுக்கு நான் யார் எனக் காட்டுகிறேன்" எனக் கூறியதுடன் முன்னூறு நரிகளை இரட்டை — இரட்டையாக வால்களோடு பிணைத்துவிட்டு அவற்றின் வாலில் தீயை வைத்து பிலிஸ்டைனியரது சோளக்கொல்லையுள்ளும் திராட்சை மற்றும் ஆலிவ்தோட்டத்தின் உள்ளும் விரட்டியபோது அந்தத் தோட்டங்கள் எரிந்து சாம்பலாகின.

இந்த சம்பவத்திற்கு எதிரான பழிவாங்கலாக சாம்சனின் மனைவியையும் அவளது தந்தையையும் பிலிஸ்டைனியர் கொன்றுவிட்டார்கள். இதற்கு பழிவாங்க பிலிஸ்டைனியரை சாம்சன் அடித்துக் கொலை செய்துவிட்டு மலைக்குகையில் தங்கிவிட்டான். பிற்காலத்தில்அவனைத் தாக்கவந்த பிலிஸ்டைனியரை கொலைசெய்துவிட்டு சாம்சன் இருபது வருடங்கள் இஸ்ரேலியர்களுக்கு தலைவனாக வழி நடத்தினான்.

இதன்பின்பு டாலியா(Delilah) என்ற பெண்ணைக் காதலித்தான். அவளிடம் 1100 வெள்ளிகளை பிலஸ்டைனியர் தலைவர்கள் கொடுத்து "நீ சாம்சன் தன் அசாத்திய பலத்தை எங்கிருந்து பெற்றான் என்பதை அறிந்துகொண்டு எங்களுக்குச் சொல்" என்றனர்.

அவள் தொடர்சியாக சாம்சனிடம் "நீ என்னைக் காதலிப்பது உண்மையென்றால் உனது பலத்தின் இரகசியம் என்ன என்றுசொல்" எனக் கேட்டபோது "எனது தலைமயிரில்தான் அது உள்ளது. அது தேவனால் அருளப்பட்டது" என்றான். டாலியா இதை பிலிஸ்டைனியருக்கு அறிவித்துவிட்டு தனது மடியில்தூங்க வைத்தாள். தூங்கும்போது தலைமயிரை மழித்து சிறைப்பிடித்ததுடன் இரண்டு கண்களையும் தோண்டி எடுத்துவிட்டனர். சிறையில் இருந்த காலத்தில் தலைமயிர் மீண்டும் வளர்ந்தது. தங்களது எதிரியான சாம்சனை சிறைப்பிடிக்க உதவிய தேவனுக்கு நன்றி செலுத்த ஆலயத்துள் சடங்கை நடத்தினார்கள். அந்த சடங்கில் ஒரு காட்சிப்பொருளாக்க சாம்சனைக் கொண்டு வந்தபோது, நான் பிலிஸ்டைனியர்களுடன் இறக்கிறேன் எனக்கூறிக்கொண்டு அந்த ஆலயத்தின் பிரதான துண்களை உடைத்ததன் மூலம்

அங்கிருந்த பிலிஸ்டைனியர் இறந்தார்கள். இந்த சடங்கை பார்க்கவந்த குழந்தைகள் பெண்கள் உட்பட 3000 பேருக்கு மேலாக இறந்ததாகவும் பழைய ஏற்பாடு சொல்கிறது.

அக்காலத்தில் 3000 இக்காலத்தில் எவ்வளவுக்கு சமனாகும்?

நான் நினைக்கிறேன் முழு இனமும் அழிந்ததற்கு சமனாகும். மேலும் இந்தச் செயலில் அரசியல் இருப்பதால் இது பயங்கரவாதமாகிறது.

ஏன் எகிப்தைப் பற்றி எழுதும்போது பழைய ஏற்பாடு வருகிறது என்றால் எகிப்தியர்— இஸ்ரேலியர்கள்— அரேபியர்கள் பூணூலின் முப்புரி போல் வரலாற்றில் இணைந்து இருப்பார்கள்.

நாங்கள் எல்லோருமாக கடைவீதியை விட்டு வந்து கோப்பிக் கடையொன்றில் இருந்த போது எதிரில் இருந்த அல் குசையின் பள்ளிவாசலில் தொழுகை தொடங்கியது. இஸ்லாமியர் அல்லாதவர்கள் இந்த பள்ளிவாசலின் உள்ளே செல்லமுடியாது. மிகவும் அழகான கட்டட அமைப்புடன் இருந்த பள்ளிவாசல் மிகவும் புராதனமானதும் புகழ்வாய்ந்ததுமாகும்.

இந்தப் பள்ளிவாசலில் சியா முஸ்லீம்களுடன் சுனிகளும் சேர்ந்து வணங்குவதாக அறிந்து கொண்டேன். எகிப்தில் மிகவும் சிறிய அளவில் சியா முஸ்லீம்கள் இருந்தாலும் ஒருகாலத்தில் எகிப்தை ஆண்டவர்கள். அதேபோல் பத்து வீதமானவர்கள் பழமை வாய்ந்த கிரிஸ்ரியன் பகுதியைச் சேர்ந்தவர்கள். மத்தியகிழக்கில மதங்களிடையே சகிப்புத்தன்மை கொண்ட ஒரு நாடு உருவாகுமானால் அது எகிப்தாகவே இருக்கும். இருக்க வேண்டும்.

நபிகள் நாயகத்தின் மகள்வழிப் பேரனான குசையின் அலி பேரில் கட்டப்பட்டது மட்டுமல்ல, 680 ADயில் கொலை செய்யப்பட்டு இங்கு அவரது தலை புதைக்கப்பட்டுள்ளது. ஆனால் உடல் தற்பொழுது ஈராக்கின் கபாலா (Karbala) நகரத்தில் உள்ள பள்ளிவாசலில் புதைக்கப்பட்டுள்ளது.

இஸ்லாத்தில், பௌத்தம்போல் உருவ வழிபாடு இல்லாத போதிலும் பின்பற்றியவர்களால் எச்சங்கள் புனிதமாக்கப்படுகிறது.

680AD யில் புனித இஸ்லாத்தின் உடலில் கூரிய கத்தியாக செருகப்பட்டு இப்பொழுது மட்டுமல்ல இன்னும் பல்லாண்டு காலத்திற்கு குருதிவடிந்து கொண்டிருக்கும் செயல் ஒன்று

உண்டு. நபிகள் நாயகத்தின் பேரனான குசையின் அலி கொலைசெய்யப்பட்டதில் இருந்து இஸ்லாம் இரண்டு பிரிவாகியது. இதனால்தான் இன்னமும் ஈராக்கிலும், பாகிஸ்தானிலும் இரத்த ஆறு ஓடுவதும், அவுஸ்திரேலியாவுக்கு ஆப்கானிஸ்தானில் உள்ள ஹஸாரா இனத்தவர்கள் வள்ளங்களில் உயிர் பிழைக்க அகதி அந்தஸ்த்து கேட்டு வருவதற்கும், தற்போது சிரியாவில் நடக்கும் போரில் சியா—அலவி சார்பு சிரியப்படைகளுக்கு லெபனிய ஹிஸ்புல்லா குழுவினரும் இரானியரும் உதவியளிப்பதும் எதிர் பகுதியினருக்கு சவுதி அரேபியா மற்றும் வளைகுடா நாடுகள் உதவுவதும் காரணமாகும்.

யூத மக்களோடு மனஸ்தாபம் 1948ல் இஸ்ரேல் உருவானதாலே ஏற்பட்டது. அதற்கு முன்பு யூதர்கள், ரோமனியரிடம், கத்தோலிக்க திருச்சபையிடம் இருந்து பதுகாப்பாக முஸ்லீம் நாடுகளில் வாழ்ந்தார்கள். நான் முன்பு எழுதியதுபோல் இஸ்லாமியர்களும் யூதர்களும் சிலுவையுத்தத்தில் ஒன்றாக இணைந்து கத்தோலிக்கரான ஐரோப்பிய அரசுகளை எதிர்த்துப் போரிட்டனர்.

ஈராக்கில் கொலைசெய்யப்பட்ட குசையின் அலியின் தலை ஈராக்கில் இருந்து இங்கு கொண்டு வந்ததில் இருந்த வரலாற்றை நான் படித்தபோது சுவையாகவும் அதிர்ச்சியாகவும் இருந்தது.

ஆரம்பத்தில் குசையின் அலியின் தலை வைக்கப்பட்டிருந்த பேழை பாதுகாப்புக்காக தற்போதய இஸ்ரேலுக்கு எடுத்துச் செல்லப்பட்டு அங்கு 250 வருடங்கள் பாதுகாக்கப்பட்டது. அதன்பின்பு அக்காலத்தில் பாத்திமா இராச்சியம் எனப்படும் சியா அரசாட்சி எகிப்தில் நடந்தபோது அங்கு மாற்றப்பட்டு 1153ல் பாத்திமா இமாமால் அந்தப் பேழை நிலத்தில் புதைக்கப்பட்டு சமாதி எழுப்பப்பட்டது.

1169 சலாடின் (குர்டிஸ்; சுன்னி) சிரியாவில் இருந்து வந்து தனது அதிகாரத்தை நிலைநிறுத்தும்போது, பழைய மாளிகைகள் உடைக்கப்பட்டு கொள்ளையடிக்கப்பட்டதாகவும் நூல்நிலையங்களை அழித்து புத்தகங்கள் நைல் நதியில் வீசப்பட்டதாகவும் வரலாறு எழுதப்பட்டுள்ளது.

சலாடின் தனது உளவுப்படை மூலம் குசையின் தலைகொண்ட பேழையின் இரகசியத்தை அறிந்த ஒருவரை அது எங்கிருக்கிறது என்று இரகசியத்தைக் கூறும்படி உத்தரவிட்டபோது அவர் மறுத்தார். பலவகையில் சலாடின் துன்புறுத்திப் பார்த்தான். பின்பு

அவரது தலையை மழித்துவிட்டு குல்லாயில் இரத்தம் குடிக்கும் அட்டைகளை விடும்படி உத்தவிட்டான். அந்த பக்திமானது முகத்தில் வலி தெரியவில்லை. மீண்டும் ஏராளமான அட்டைகள் அந்தக் குல்லாயில் நிரப்பப்பட்டது. அவரது முகத்தில் வலியின் சிறிய உணர்வு கூடத்தெரியவில்லை.

வியப்புடன் சலாடின் அந்த மனிதரது குல்லாயை அகற்றியபோது அந்த அட்டைகள் இறந்திருந்தன. மேலும் வியப்படைந்த சலாடின் அந்த புனிதரிடம் விந்தைக்கு காரணத்தைக் கேட்டபோது அவர் குசையின் அலியின் பேழையின் இரகசியம் எனது தலைக்குள் இருக்கிறது. அதுவே இரகசியம் என்றார்.

இந்தப் பள்ளிவாசலில் முதலாவதாக எழுதப்பட்ட குரானின் கையெழுத்துப் பிரதி இருப்பதாகச் சொல்லப்படுகிறது.

எங்களுடன் வந்த எகிப்திய வழிகாட்டி பிரமிட்டுகள் பார்க்கப் போவோம் என அழைத்தார்...

கீசா பெரிய பிரமிட்

கெய்ரோவின் மத்தியப் பகுதியில் இருந்த கீசா (Giza) என்ற இடத்தில் இறங்கியபோது நடுப்பகல் தாண்டிவிட்டது. பாலைவன வெய்யில், கண்ணாடித் துகள்களில் பட்டுச் சிதறுவதுபோல் நிலத்தில் பட்டுத் தெறித்து கண்களைக் கூசவைத்தது. இந்தக் கடும் வெய்யிலும் பாலைவனத்தின் கொதிப்பும்தான் 5000 வருடங்களாக எகிப்தின் புராதன சின்னங்களைப் பாதுகாத்திருக்கின்றன. மழையற்ற பாலைப் பிரதேசத்தின் ஈரலிப்பற்ற சீதோஷ்ணம் கட்டடங்களில் விரிவும் சுருக்கமும் மாறி மாறி ஏற்படாது புராதன சின்னங்களை ஒரு நிலையில் வைத்திருக்கிறது.

புராதன கட்டடங்களுக்கு மனிதர்களால் ஏற்பட்ட அழிவுகள் அதிகம். பிரமிட்டின் உள்ளே மம்மிகளோடு இருந்த செல்வங்களை திருடர்கள் கொள்ளையடித்தனர். பிரமிட்டின் கற்களையும் பளிங்குகளையும் பிற்காலத்தில் வந்த எகிப்திய அரசர்கள் பள்ளிவாசல்கள் கட்டுவதற்கு அழித்தனர். மனிதர்களால் இவ்வாறு அழிவுகள் ஏற்பட்டபோதும் இயற்கை பல புராதன

சின்னங்களை மண்ணால் மூடியும், அதேபோல் அதிவெப்பம் இயற்கையின் நுண்ணுயிர்களில் இருந்தும் பாதுகாத்திருக்கிறது.

எகிப்தின் வடக்கே, மத்தியதரைக்கடல் பக்கமுள்ள நைல் நதியின் கழிமுகத்தில் வெள்ளப் பெருக்கால் பல புராதன கட்டடங்கள் புதைந்தும் சிதைந்து போனதாக வரலாற்றில் தகவல் உள்ளது.

எகிப்தின் புராதன விடயங்களை, மற்றைய நாட்டைப் பார்ப்பது போன்று மேலோட்டமாகப் பார்த்துவிட்டுச் செல்ல முடியாது. மனித சரித்திரத்தில் 3000 வருடங்கள் தொடர்ந்து இயங்கிய நாட்டின் சரித்திரம்: மனித குலத்திற்கு தற்கால மொழியில் சொல்வதானால் முதலாவது ஏகாதிபத்திய அரசு எனச் சொல்லப்படும் அரசை உருவாக்கி, நாகரிகம், கலை, இலக்கியம், விஞ்ஞானம், மருத்துவம், கட்டடக்கலை, பொறியியல் மற்றும் ஒருவனே தேவன் என்ற மதநம்பிக்கை முதலான பல விடயங்களை உலகத்திற்கு தந்து உதவியது.

யூத, கிறிஸ்தவ, இஸ்லாமிய மதங்களின் முன்னவர்களான ஏபிரகாம், மோசஸ் மட்டுமல்ல, யேசுநாதர் குழந்தையில் யோசப்—மேரியாலும் எகிப்திற்கு எடுத்து செல்லப்பட்டு உயிர் தப்பியதாக மத்தியுவின் புதிய ஏற்பாடு சொல்கிறது.

வருடத்தில் 365 நாட்களை நமக்குத் தந்தது எகிப்தியர்களே. மருத்துவத்தில் நாங்கள் பார்க்கும் ஸ்பெசலிட்டி எனப்படும் பகுதிகள் அக்காலத்தில் எகிப்தில் உருவாகியது. சிரிய நாட்டு மன்னன், தனது ஐம்பது வயதான சகோதரிக்கு குழந்தை பிறப்பதற்கு சிகிச்சை அளிக்க ஒரு பெண்ணியல் மருத்துவரை(Gynecologist) அனுப்பும்படி இராம்சி2 என்ற எகிப்து மன்னனுக்கு ஓலையனுப்பினான்.

நைல் நதிக்கரைப் பாப்பிரஸ், தற்போதைய புத்தகங்களின் தாத்தா. அந்தப் புல்லில்தான் உலகத்தின் காவியங்கள் எழுதப்பட்டன.

மேற்கத்தைய நாகரிகத்தின் பிறப்பிடம் கிரேக்கம் என்பது அல்ல என அக்காலத்து அறிஞர்கள் கூறியிருக்கிறார்கள். எகிப்திய கடவுளில் இருந்து சகலதும் அலெக்சாண்டிரியா துறைமுகத்தினூடாக கப்பலேறி மத்திய தரைகடல் வழியாக சென்றவை என வரலாற்றின் தந்தையான ஹெரொடோடஸ் (Herodotus) கூறுகிறார்.

எகிப்தின் முதலாவது தலைநகர் மெம்பிஸ். அதுதான் பிரமிட்டை

உருவாக்கிய அரசர்கள் ஆட்சி செய்த இடம். அந்த இடத்திற்கு நைல் நதியைக் கடந்து கிட்டதட்ட அரைமணி நேரம் போக வேண்டி இருந்தது. தற்காலத்தில் கெய்ரோவின் சாலைகளில் வாகன நெருக்கடி அதிகமானதால் மெதுவாகவே செல்லமுடிந்தது.

கெய்ரோவில் இருந்து 20 கிலோமீட்டர் தெற்கேயும் நைல்நதிக்கு மேற்கேயும் உள்ளது இந்த மெம்பிஸ் நகரம். இதனை தற்பொழுது எகிப்தின் திறந்த வெளி தொல்பொருட்காட்சியகம் எனலாம்.

5000 ஆண்டுகளுக்கு முன்பு இரண்டு அரசுகளாக வடக்கிலும் தெற்கிலும் இருந்த இராச்சியத்தை ஒன்றாக இணைத்து அதன் தலைநகராக உருவாகியதுதான் மெம்பிஸ். ஒரு நாட்டை உருவாக்கி அதற்கான தலைநகரத்தை நிர்மாணித்ததோடு அந்த அரசு உருவாக்கப்பட்ட வரலாறு மிக அழகாக கல்லில் பொறிக்கப்பட்டிருக்கிறது. இது ஜோச் வாசிங்ரன் அமெரிக்காவை பிரகடனப்படுத்தியது போன்று மிகத் தெளிவாகத் தெரிகிறது. 50 நூற்றாண்டுகள் முன்பாக நடந்த சம்பவம் என்பது நம்பமுடியாமல் உள்ளது.

வரலாறு என்பதன் வரைவிலக்கணம் மனிதர்கள் எழுதத் தெரிந்த காலத்தில் இருந்தே தொடங்குகிறது. ஆனால் வரலாற்றுக்கு முந்தைய காலத்தைப் புரிந்து கொள்வதற்கு மானிடவியலின் தேவை நமக்கு உள்ளது.

மனிதர்கள்(Humanoid) போன்றவர்கள் லுயிஸ் லீக்கி (Louis Leaky) கூற்றுப்படி 1.75 மில்லியன் வருடத்திற்கு முன்பாக எகிப்திற்கு தெற்காக வாழ்ந்திருக்கிறார்கள். தற்பொழுது பாலைவனமாக இருக்கும் சகாரா பாலைவனப்பிரதேசம் ஆரம்ப காலத்தில் ஈரலிப்புடன் பசுமையான நிலமாக இருந்ததால் ஆதிமனிதர்கள் எகிப்தில் 700000 வருடங்களாக வாழ்ந்ததற்கு ஆதாரங்கள் உள்ளன. கல்லாயிதங்களுடன் வேட்டையாடி இவர்கள் உயிர் வாழ்ந்தவர்கள்.

எகிப்தில் 5000 வருடங்களாக மட்டுமே விவசாயம் செய்த மனிதன் வாழ்ந்திருப்பதாகவும் கூறப்படுகிறது. இக்காலத்தில் மண்பானைகளை உருவாக்குதல் அவற்றில் தானியங்களை அவித்தல், தானியங்களை சேகரித்தல், மதுபானத்தை தயாரித்தல் என்பன நடந்ததாக சொல்லப்படுகிறது. இதுவே எகிப்தின் கலாச்சாரத்தின் ஆரம்பக் கட்டம். இக்காலத்தில் சிறுதொகையாக சுமார் 2000 மக்கள் வாழ்ந்ததாகவும் இறந்தவர்கள் மணலில்

புதைக்கப்பட்டதாகவும் சொல்லப்படுகிறது. இறந்தவர்களைப் புதைப்பது என்பது மனித நாகரீகத்தின் முக்கியப் புள்ளியாகும்.

எல்லா மிருகங்களாலும் அழுகிய சடலத்தை உண்ண முடியாது. ஆனால் ஓநாய்களின் இரைப்பை இதற்கு ஏற்றதாக அமைந்திருப்பதால் ஆரம்பத்தில் மணலில் புதைத்தவர்களை ஓநாய்கள் கிளறி உண்டதனால், பிற்காலத்தில் பாறைகளைத் தோண்டி ஏற்பட்ட குழிகளில் சடலங்களைப் புதைத்து வந்தார்கள். பின்பு இந்தப் பாரம்பரியமே படிப்படியாக பிரேதங்களை வைத்துப் பாதுகாப்பதற்கு பிரமிட் கட்டுதலாக வளர்ச்சியடைந்தது. இறந்தவர்கள், அதே உடலுடன் மேலுலகம் செல்கிறார்கள் என்ற நம்பிக்கையே இதற்கு மூலகாரணமான கருத்தியலாகும். இந்த சிந்தனையே எகிப்தியர் மட்டுமல்ல மற்றவர்களும் பிரமிட் கட்டுவதன் அடிப்படையாகும்.

முக்கிய விடயங்களை காலத்தில் அழிந்து போகாமல் கற்களில் செதுக்குவதிலும் எகிப்தியர் ஈடுபட்டதாலேயே பல விடயங்களைப் பிற்காலத்தில் புரிந்து கொள்ள முடிந்தது. பெண்கள் வாசனைத்திரவியங்கள் பாவித்ததாகவும், அணிகலன்கள் அணிந்ததாகவும் எகிப்திய வரலாறு கூறுகிறது. எத்தியோப்பியாவில் வளர்ந்த ஒருவகை தாவரத்தில் இருந்த பிசின் போன்ற சாம்பிராணி எரிக்கப்பட்டு அதனது நறுமணத்திற்காக எகிப்திய தேவாலயங்களில் பயன்பட்டது.

பசுமையாக இருந்த நிலப்பரப்பு பிற்காலத்தில் பசுமை குறைந்து பாலையாக மாறியதால் பெரும்பாலான எகிப்தியர்கள், கிட்டத்தட்ட ஆயிரம் கிலோமீட்டர் நீளமாக நைல் நதியின் இருபுறமும் குடியேறி வாழ்ந்திருக்கிறார்கள். எகிப்தின் வடக்கில் ஒரு இராச்சியம் தெற்கில் ஒரு இராச்சியம் உருவாகி இருந்தது. தென் பகுதி அரசனான நாமரால் (King Namur கிமு 3150) வட பகுதி கைப்பற்றப்பட்டது.

நாமர் கைப்பற்றிய சம்பவம் அழகாக கல்லில் செதுக்கப்பட்டிருக்கிறது. அந்தக் கல் பிற்காலத்தில் எகிப்தின் அஸ்வான் பகுதியில் கண்டெடுக்கப்பட்டது. அந்தக் கல்லில் வடபகுதியை ஆண்ட மன்னனை தலைமயிரில் பிடித்து கல்லாயிதத்தால் அடிப்பதும் அருகில் கழுகு பறப்பதும் செதுக்கப்பட்டு இருக்கிறது. அடுத்த பக்கத்தில் இரண்டு சிறுத்தைகள் பின்னிப் பிணைந்திருப்பது படிமமாக இரண்டு அரசுகள் ஒன்றாக இணைவதும் பதிவாகியிருக்கிறது.

கோட்டையைத் தாக்கும் காளை மாடும் செதுக்கப்பட்டுள்ளது. இங்கு கழுகு எகிப்திய அரசனின் சின்னம். அதேபோல் காளைமாடு எகிப்தியர்களின் புனிதச் சின்னம்.

எகிப்திய நாடு நாமரால் ஒன்றாகியதால் ஒருமுகப்பட்ட மத்திய அரசு ஏற்பட்டது. அதனால் மக்களை ஒன்றிணைத்துக் கொண்டு பொது வேலைத்திட்டங்கள் மேற்கொள்ளப்பட்டன. நைல் நதியில் இருந்து விவசாய நிலங்களுக்கு நீர்பாச்சும் திட்டங்களை செயல்படுத்த முடிகிறது. பிரமிட்டுகள் மற்றும் பெரிய ஆலயங்கள் என்பன கட்டமுடிந்ததுடன் சுற்றியுள்ள சிரியா, பாபிலோன் போன்ற நாடுகளை படையெடுத்து வெற்றிகொள்ள முடிந்தது.

எகிப்தியர்கள் நைல்நதிக்கு மேற்கே பிரமிட்டுகளையும் கிழக்கே குடியிருப்புகளையும் உருவாக்கினார்கள். எகிப்து உருவாகி சில நூற்றாண்டுகளின் பின்பாகவே பிரமிட்டுகள் கட்டப்பட்டன.இந்த பிரமிட்டுகள் கட்டும் பொறியியல் கூட படிப்படியாகத்தான் உருவாகியது.

பிரமிட் இருந்த இடத்திற்கு நாம் சென்றபோது நண்பரின் மகனும் அவரது மனைவியாகவிருக்கும் பியங்காவும் அங்கு நின்றனர். எங்களையும் அவர்களையும் ஒரே நேரத்தில் கொண்டு வந்து சேர்த்த அகமதை மெச்சாமல் இருக்க முடியவில்லை. அவர்கள் அவுஸ்திரேலியாவில் இருந்து ஒருநாள் தாமதமாக புறப்பட்டுவந்து எங்களுடன் சேர்ந்து கொண்டார்கள். இப்பொழுது நாங்கள் ஏழு பேர் கொண்ட குழுவாகினோம்...

அண்ணாந்து பார்க்கும் போது மூன்று பிரமிட்டுகள் வானுயரத்தில் தெரிந்தன. அதன் கீழ் பகுதியில் ஓட்டகங்களை வாடகைக்கு விடுபவர்களும் உல்லாசப் பிரயாணிகளுக்கு பொருட்களை விற்பவர்களும் நின்றார்கள். கால்புதைய மணலில் நடக்கும் இந்த ஒட்டகங்கள் பிரமிட் கட்டும்காலத்தில் எகிப்தில் இருந்திருக்கவில்லை. பிற்காலத்தில் அரேபியாவில் இருந்து கொண்டுவரப்பட்டவை.

ஓரளவு எகிப்தியியலின் புரிதலுடன் பார்க்கும்போது பிரமிட்டுகள் மனதில் பிரமிப்பையும் புதிரையும் ஊட்டும் தன்மையுள்ளன. பல ஹொலிவூட் படங்கள், நாவல்கள் பல வேறுவிதமாக உண்மைக்குப் புறம்பாக இருந்தாலும் அவற்றில் புதைந்திருந்த மர்மங்களும் புதிர்களும் பலரது கற்பனைகளைத் தூண்டிவிட்டது என்பது உண்மைதான். பழைமை வாய்ந்த கீசா பெரிய பிரமிட்டே ஐபல்

கோபுரம் பரிசில் உருவாக்கப்படும்வரை மனிதரால் கட்டப்பட்ட உயரமான கட்டடமாக 3800 வருடங்கள் இருந்தது .

நாங்கள் அண்ணாந்து பார்த்துக்கொண்டிருக்கும் பெரிய பிரமிட் குபுவால்(Khufu)வால் கட்டப்பட்டது. ஒரு பிரமிட்டைத்தவிர மற்றவைகளில் திருத்தவேலை நடந்து கொண்டிருப்பதால் சுற்றுலாப்பயணிகள் தடுக்கப்பட்டார்கள். உள்ளே செல்வதற்கு இரண்டு பாதைகள். அதில் கிழே சென்ற பாதை பின் மேலே செல்லும். அந்தப் பாதை மூன்றடி வரையில் மட்டுமே உயரமாதலால் குனிந்து கொண்டு செல்லவேண்டும். உள்ளே விசாலமான அறைகள் மம்மிகள் வைப்பதற்காக இருந்தன. ஆனால் இப்பொழுது சகல மம்மிகளும் எகிப்திய மியூசியத்தில் வைக்கப்பட்டுள்ளன. சிறிது வெளிச்சம் பரவி உள்ளதால் ஒரு காலத்தில் மம்மியை வைத்திருந்த அந்த விஸ்தீரணமான இடத்தை சுற்றிப்பார்த்தேன். அங்கு கமராவால் படம் எடுக்க அனுமதியில்லை. கையில் வைத்திருந்த தொலைபேசியினால் படத்தை எடுத்தோம். புதுமையான அனுபவம். ஆனாலும் எனது அனுபவத்தை விட மிக சுவையானது நெப்போலியனது அனுபவம்.

பல இராணுவ வீரர்களோடு ஊர்வலமாக உள்ளே சென்ற நெப்போலியன் எல்லோரிடமும் தன்னை தனியே விடும்படி கூறினான். இதனால் பிரமிட்டின் உள்ளறையில் நெப்போலியன் தனித்து விடப்பட்டான். இதேபோல் அலெக்சாண்டரும் நின்றதாக கதையுள்ளது.

அலெக்சாண்டரில் மிகவும் பற்றுக்கொண்ட நெப்போலியன் அப்படியாக ஆசைப்பட்டு இருக்கலாம். ஆனால் மீண்டும் திரும்பி நெப்போலியன் வெளியே வந்தபோது பேயறைந்தது போல் முகம் வெளிறி இருந்தான். நெப்போலியனோடு வந்த மற்றவர்கள் என்ன நடந்தது? என்று ஆவலோடு வினவியபோது, நெப்போலியன் ‘நான் சொன்னால் நீங்கள் நம்பப்போவதில்லை எனவே சொல்லுவதில் பிரயோசனம் இல்லை’ என மறுத்தான். இந்த விடயத்தை நெப்போலியன் மரணப்படுக்கையில் இருந்த போதும் ஒருவர் கேட்டதாக வரலாறு உள்ளது.

அலெக்சாண்டர், ஜுலியஸ் சீசர், நெப்போலியன் போன்ற மன்னர்கள் நின்ற இடத்தில் நாமும் நிற்க முடிகிறது. ஆனால் அவர்களைப்போல் படை நடத்திச் செல்லவேண்டியது இல்லை.

அலெக்சாண்டர் தனது ஊருக்குச் செல்ல முடியாமல் கடும்

சீதபேதியால் பாபிலோனில் இறக்கிறான். அவனது உடல் நண்பன் தொலமியால் எகிப்துக்குக் கொண்டு வரப்பட்டு அலெக்சாண்டிரியாவில் புதைக்கப்படுகிறது. நெப்போலியன் காலத்தில் பிளேக்நோய் பல இராணுவ வீரர்களைக் கொன்றது. இதைவிட, நெப்போலியன் எகிப்தில் இருந்தபோது அவனது பாரிய கப்பலை இங்கிலாந்தினர் குண்டு வைத்து வெடிக்க வைத்ததால் தனது படைவீரர்களை கைவிட்டு துண்டைக் காணோம் துணியைக் காணோம் என தப்பி ஓடவேண்டி இருந்தது. இப்படி பிரமிட்டுள்ளே சென்றவர்கள் பல அல்லல்களை சந்தித்ததாலேயே பிரமிட்டுகள் புதிராகவும், மர்மமானதாகவும் கருதி பல படங்களும், நாவல்களும் உருவாக்கப்பட்டன.

இப்படி எந்தப் பிரச்சனைகளையும் சந்திக்காமல் அகமது போன்றவர்களின் வழிகாட்டலில் எகிப்திற்குச் சென்று பிரமிட்டுகளை பார்க்கவும் அந்த மயான அறையின் உள்ளே செல்லவும் முடிகிறது என்பது ஒருவிதத்தில் பெருமையாக இருந்தது.

பைபிளின் பழைய ஏற்பாட்டில் மூடுபொருளாக ஒரு விடயம் சொல்லப்படுகிறது. யூத இனத்தவர்கள் நைல் நதியின் கழிமுகப்பிரேதேசத்தில் பல கட்டட வேலைகளில் ஈடுபட்டு வாழ்ந்த காலத்தில் அவர்களின் குடிப்பெருக்கம் அதிகரித்ததனால் அவர்களது சனபெருக்கத்தை கட்டுக்குள் வைக்காவிடில் எகிப்தியர்கள் சிறுபான்மை இனமாகப் போய்விடுவார்கள் என்ற அச்சம் எகிப்தியர்களுக்கு ஏற்பட்டது.

யூத இனத்தவர்களின் தொகையைக் குறைக்க எகிப்திய மன்னன் தீர்மானித்தான். அதற்காக எகிப்தில் பிள்ளை பிறப்பதற்கு உதவி செய்யும் மருத்துவச்சிகளின் மூலம் சனத்தொகையை கட்டுப்படுத்தும் காரியத்தை செய்ய நினைத்து இரண்டு செங்கட்டிகளை கூர்ந்து பார்க்கும்படி மருத்துவச்சிகளுக்கு கட்டளை இடுகிறான். அத்துடன் ஆண்குழந்தைகளைக் கொல்லவேண்டும் எனவும் கட்டளை எகிப்திய மன்னனால் பிறப்பிக்கப்படுகிறது. யூதர்களின் கடவுள் மோசஸை, வளர்ந்த செடிகள் கொண்ட பற்றைக்குள் அழைத்து எகிப்தில் இருக்கும் யூதர்களை வெளியேற்றும்படி கட்டளை இடப்படுகிறது. அதை மோசஸ் தயக்கத்துடன் ஏற்றுக் கொள்வதாக பைபிளில் சொல்லப்படுகிறது. இதில் இருந்தே மோசஸ் வரலாறு — யூதர்களை எகிப்தை விட்டு அகற்றும் நடவடிக்கை ஆரம்பமாகிறது என பழைய ஏற்பாடு கூறுகிறது.

அது என்ன இரண்டு செங்கட்டிகள்?

அக்காலத்தில் எகிப்தில் பெண்கள் குழந்தையைப் பெறும் போது இரண்டு செங்கட்டிகளில் ஏறி குந்தியிருந்து குழந்தையைப்பெற முக்குவார்கள். இதற்கு இரண்டு காரணம்; பிறப்புறுப்பு பெரிய அளவில் அந்த நிலையில் விரிவடையும். இரண்டாவதாக புவியீர்ப்பு விசை குழந்தைகளை வெளித்தள்ள உதவும். மருத்துவ வசதிகள் அற்ற அக்காலத்தில் குறைந்தது ஐந்து பிள்ளைகள் பெற்றால்தான் இரண்டு பிள்ளைகள் உயிர்வாழும் என்ற நிலையிருந்தது. எல்லா வீடுகளிலும் இதற்காக இரண்டு செங்கட்டிகளை வைத்திருப்பார்கள். செல்வந்தர் வீடுகளில் சித்திர வேலைப்பாடுள்ள அலங்கார செங்கட்டிகள் இருக்கும்.

வரலாற்றை எழுதிய ஹெரொடோடஸ், எகிப்தின் அரசத் தலைநகரான மெம்பிஸ்க்கும் புனிதத் தலைநகரான தீப்ஸ்கும் சென்று கிரேக்க மொழியில் எழுதியவை ஆரம்பத்தில் முக்கியமானவை. அவைமூலம் எகிப்திய விடயங்கள் வெளிவந்தது.

இதன்பின்பு நெப்போலியன் 1815இல் பல விஞ்ஞானிகளுடன் எகிப்துக்கு வந்தது மட்டுமல்லாமல் எகிப்திய விடயங்களை விஞ் ஞான அடிப்படையில் வெளிக்கொணரவும் செய்தான். அதனால் அவனது பயணம் எகிப்திய வாரலாற்றிக்கு திருப்புமுனையான சம்பவம் ஆகிறது.

குறியீட்டு மொழியில்(hieroglyphic writing) எழுதப்பட்ட எகிப்திய வரலாறு பிற்காலத்தில் அழிந்து போகிறது. இதனால் இந்த கொப்ரிக் எனக் கூறப்படும் மொழியை தொடர்ந்து பேசியவர்கள் இருந்தாலும் வாசிப்பவர்கள் இல்லை. பிரான்சிய தளபதியாக இருந்த நெப்போலியன 1798இல் எகிப்தின் மீது படை எடுத்தபோது புதைபொருளாராய்ச்சியாளர்கள், பொறியிலாளர்கள், நில அளவையாளர்கள் எனப் பெரிய குழுவுடன் வந்து அதன் கண்டுபிடிப்புகளை பதிவுசெய்து வெளி உலகுக்கு அதன் விடயங்களைத் தெரியச்செய்தான்.

அப்படியாக வெளிவந்த புராதன எகிப்தைப் பார்த்து புரிந்து கொள்ள எகிப்திய வரலாறு தேவையானது. இந்த வரலாறு, மதம், தொழில்நுட்பம், பொறியியல், மம்மியாக்குதல், மருத்துவம் முதலான பல துறைகளைக் கொண்டது.

பண்டைய எகிப்தியர் வாழ்வு

எகிப்திய கீசா பெரிய பிரமிட்டைக் கட்டுவதற்கு 90000 தொழிலாளர்களுக்கு, இருபது வருடங்கள் எடுத்தது. இயந்திரங்களினதோ, மிருகங்களினதோ உதவியற்ற நிலையில் மனிதர்களினது சக்தியை மட்டுமே பாவித்து உருவாக்கப்பட்ட மகத்தான ஒரு சாதனையை சில மணி நேரத்தில் பார்த்து விட்டு மரியற் ஹோட்டலுக்குச் சென்று இழுத்துப்போர்த்து தூங்கிவிடுவது என்பது என்னைப் போன்ற சுற்றுலா பிரயாணிகளுக்கு இக்காலத்தில் எவ்வளவு எளிதான காரியமாகி விட்டது. குறைந்தபட்சமாக இதைக் கட்டிய காலத்தில் நடந்தவற்றை நினைத்துப் பார்ப்பதுதான் அக்கால மனிதர்களால் கட்டப்பட்ட இந்த உலக முதல் அதிசயத்திற்கு நான் செலுத்தும் காணிக்கையாகும்.

எத்தனை மனிதர்களது உடல், மன உழைப்பை உள்வாங்கி 5000 வருடங்களாக வானத்தை நோக்கி நிமிர்ந்து நிற்கிறது?

வரலாற்று ஆசிரியர் ஹெரொடோடஸின்

கூற்றுப்படி ஒவ்வொரு வருடத்திலும், அதனைக் கட்டியவர்கள் மூன்று மாதங்கள் மட்டுமே அந்த வேலையில் ஈடுபட்டிருக்கிறார்கள். மிகுதி ஒன்பது மாதங்களும் அவர்கள் விவசாயத்தில் ஈடுபட்டிருப்பதாகத் தெரிகிறது. வருடத்தில் மூன்று மாதங்கள் நைல் நதியில் நீரோட்டம் குறைவதனால் விவசாயத்தில் ஈடுபட முடியாது. அடிமைகளை அழைத்துவந்து கொடுமைப்படுத்தித்தான் பிரமிட்டுகள் கட்டப்பட்டன என்று ஏற்கனவே பரப்பப்பட்டிருந்த எண்ணத்தை இந்த வரலாற்றுத் தகவல் அடியோடு சிதற வைத்து விட்டது.

கட்டப்பட்ட பிரமிட்டில் அரசனது உடல் வைக்கப்படுவதுடன் சமாதிபோல் மூடப்படுவதில்லை. தொடர்ச்சியாக பூசைகள் வழிபாடுகள் மத குருமார்களால் நடத்தப்படுகிறது. இந்த நிகழ்ச்சிகளின் பின்பு அரசனது மனைவி மற்றும் நெருங்கிய உறவினர்கள் உடனிருப்பார்கள். பிற்காலத்தில் உறவினர்கள் இறக்கும்போது அவர்கள் மம்மியாக்கப்பட்டு இங்கு எடுத்து வரப்பட்டு வைக்கப்படுவார்கள். அந்த மம்மிகளுக்கு வேறாக அறைகள் உள்ளன.

பிரமிட்டின் அடிவாரத்தை ஒரு சுற்று சுற்றி வந்தபோது அங்கு நின்ற சிறுவியாபாரிகளின் தொல்லையும் ஒட்டகத்தை வாடகைக்கு விடுபவரது தொடர்சியான அழைப்பும் தொடர்ந்தது. அவர்களையும் குறை சொல்லமுடியாது. உல்லாசப்பிரயாணிகளின் வருகையில்தான் அவர்கள் சீவியம் தங்கி இருக்கிறது.

ஹோட்டலுக்கு வந்த பின்பு வரலாற்றுப்பதிவுகளை புரட்டிய போது புள்ளி விபரங்கள் திகைக்க வைத்தன.

13.5 ஏக்கர் விஸ்தீரணத்தில் அடிப்பகுதி அமைந்திருக்கிறது இந்த பிரமிட் 2.5 மில்லியன் கற்கள் கொண்டு அமைக்கப்பட்டிருக்கிறது. ஒவ்வொரு கல்லின் சராசரியான நிறை 2.5 தொன். இப்படி அமைந்த இந்த பிரமிட்டை கட்டியதற்கான வரைபடம் இதுவரையும் எவரிடமும் சிக்கவில்லை.

அப்படியானால் வரைபடங்கள் இல்லாமல் கட்டப்பட்டவையா?

ஏன் வேறு எந்த பிரமிட்டுக்கும் வரைபடம் இல்லை?

எகிப்தியர்களின் இந்த பிரமிட் சம்பந்தமாக பலதரப்பட்ட அபிப்பிராயங்கள் உள்ளன. எப்படி இவ்வளவு உயரத்திற்கு கற்கள் கொண்டு செல்லப்பட்டன என்பது புரியாத புதிராக

உள்ளது. ராம்ப் (Ramp)) எனப்படும் சாய்வான மேடைமூலம் கொண்டு செல்லப்பட்டிருக்கலாம் என்பதும் உத்தேசமான கணிப்பு. ஹெரொடோடஸின் கூற்றுப்படி 90000 பேர் சேர்ந்து கட்டியது இந்த பிரமிட். இதனைக் கட்டிய அரசன் குபு (Khufu) 22 வருடங்கள் மட்டுமே அரசாண்டான். அரியணையில் இருந்த காலத்தில் அந்தக்கட்டட வேலைகள் முடிக்கப்பட்டிருக்கவேண்டும்.

கட்டட வேலைக்கான சுண்ணாம்புக்கற்கள், அதன் சுற்றாடல் பிரதேசங்களில் அகழ்ந்து உடைக்கப்பட்டு எடுத்து வரப்பட்டதாகவும், கருங்கற்கள் 800 கிலோ மீட்டர் தூரத்தில் உள்ள அஸ்வான் பிரதேசத்தில் இருந்து நைல் நதியில் மிதவைகள் மூலம் கொண்டுவரப்பட்டதாகவும் சொல்லப்படுகிறது. கல்லுடைத்தலுக்கு இரும்பு இல்லாத காலம். மரக்கட்டைகளால் அடித்து பாறைகளில் வெடிப்பை ஏற்படுத்தியபின் அந்த வெடிப்புகளில் நீரை ஊற்றிப் பிளந்தார்களாம். எண்ணிப் பார்ப்பதற்கே கடினமாக இருக்கிறது அல்லவா?

இப்படியான பிரமிட்டுகளைக் கட்டி தங்களது சடலங்களை வைப்பதற்கு எகிப்தியர்களைத் தூண்டியது என்ன? காலத்தை வென்று தங்கள் சமாதிகள் நிலைத்து நிற்கவேண்டும் என்பதா? அல்லது வருங்கால சந்ததியினர் இந்த சமாதிகளைப் பார்க்க வேண்டும் என்ற ஆர்வமா?

மனிதனது காரியங்களின் மூலத்தை ஆராயும் போது அனைத்தும் சுயநலத்தில்தான் சென்று முடியும். இந்த மாதிரியான பிரமிட் அமைப்பில் ஏன் தங்களது சமாதிகளை கட்டினார்கள் என்பதற்கு விளக்கத்தைத் தேடும்போது, இறந்த அரசன் தனது உடலோடு எழுந்து வானத்துக்குப் போகிறான், அதற்கு இந்த அமைப்பு உதவுகிறது என்ற கருத்தியலையே பலரும் முன் வைக்கிறார்கள். மேலும் பிரமிட்டுகளின் வெளிப்பக்கங்கள் பளிங்குக் கற்களால் மூடப்பட்டு இருந்ததால் சூரிய, சந்திர வெளிச்சத்தில் அவை ஒளிரும். இந்த பிரமிட் வடிவம், வானத்திற்கும் மண்ணுக்கும் தொடர்பாக உள்ளதால் மறைந்த அரசனது ஆவி, பூத உடலுடன் மேலே சொர்க்கத்திற்கு போக முடிகிறது என்றும் நம்பினார்கள். இந்த நம்பிக்கை மத்திய கிழக்கு நாடுகளில் பிற்காலத்தில் பரவியிருந்தது.

கிரேக்க மொழியில் எழுதப்பட்டிருக்கும் பீட்டரின் வேதாகமத்தில் (Non Canonical Gospel) ஒரு தகவல்: யேசு கல்லறையில் இருந்து

இரண்டு தேவ தூதர்கள் சகிதம் தமது உடலோடு வானத்தைத் தொடும் உயரத்தில் வெளியேறுகிறார். "அப்போது இறந்தவர்களுக்கு பிரசங்கம் செய்தாயா?" என்று ஒரு குரல் கேட்கிறது. "ஆம்" எனச் சொல்லியபடி யேசு வருவதையும், இதைப் பலர் பார்ப்பதாகவும் கூறப்படுகிறது. கிரேக்க இதிகாசங்களில் இறந்தவர்களுக்கும், வாழ்பவர்களுக்கும் பேச்சுவார்த்தைகள் — சந்திப்புகள் நடப்பதாக ஹோமர் சொல்லுகிறார்.

இப்படியான நம்பிக்கைகள் இருந்ததாலேயே அக்காலத்து அரசர்களின் மம்மிகளுடன் அவர்கள் பாவித்த பொருட்களும் சமாதிகளில் வைக்கப்பட்டன. மேலும் இந்த நம்பிக்கைகள் மத்தியதரைக்கடலை அண்டிய நாடுகளில் பரவுவதற்கு எகிப்தின் புராதனத் தலைநகரான மெம்பிஸ் தொடக்கப்புள்ளியாக இருக்கவேண்டும்.

பெரிய பிரமிட்டுக்கு சமீபத்தில் 1954இல் படகு ஒன்று கல்லால் அமைந்த குழியில் புதைக்கப்பட்டிருந்தது அகழ்வாராச்சியில் கண்டுபிடிக்கப்பட்டது. அந்தப் படகு செடர் மரத்தால் ஆனது. 1200 துண்டுகளாலான 150 அடி நீளமான அந்தப்படகை மீள் உருவாக்கம் செய்ய 14 வருடங்கள் சென்றன. அந்தப் படகு இருந்த இடத்திற்கு என்னால் செல்ல முடியவில்லை. நீரில் செலுத்துவதற்கான பாய்மரம் இருந்ததற்கான அடையாளம் இல்லை. இந்தப்படகு நைல் நதியில் குபு மன்னனது உடலை இழுத்துவரவோ அல்லது இந்தப் படகு இறந்த அரசன் வானத்தில் பயணம் செய்வதற்காகவோ அமைக்கப்பட்டிருக்கலாம் என எகிப்திய ஆராய்ச்சியாளர்கள் நினைக்கிறார்கள்.

எகிப்தின் வரலாற்றுக்கு முன்பான விடயங்களைப் பார்த்தோம். அவர்களது நாகரீகம் நைல்நதிக் கரையோரத்தில் எப்படி உருவாகியது என்பதையும், அந்த நாகரீகம் விவசாயத்தை மட்டும் கொண்டது என்பதையும் புரிந்து கொண்டோம். அரசு உருவாகிய பின்பு விவசாயத்தில் உருவாகிய உபரியான விவசாயப் பொருட்களைக் கொண்டுதான் இவ்வளவு பெரிய பிரமிட் நகரங்கள் உருவாகி இருக்கவேண்டும். பல சரித்திர ஆசிரியர்களின் கூற்றுப்படி அலெக்சாண்டரின் படையெடுப்பு நடந்த கி.மு நாலாம் நூற்றாண்டு காலத்தின் பின்புதான் நாணயப் புழக்கம் ஏற்பட்டு இருக்க வேண்டும். இப்படியாக சோளப்பயிர், காய்கறி, கால்நடைகள் மற்றும் மீன் உட்பட பல விவசாயப் பொருட்களை கூலியாக கொடுத்து, மக்களை வேலைக்கு வைத்து

இந்தக் கட்டடவேலையை தொடர்ந்திருக்க வேண்டும். அதாவது இக்காலத்தில் நடக்கும் பொது வேலைத்திட்டங்கள் போன்று, இப்படியான பெரிய திட்டங்களை அக்காலத்தில் நடத்தியதன் காரணம் என்ன?

விவசாயம் செய்ய முடியாத காலத்தில் மக்களுக்கு வாழ்வாதாரம் அளிப்பதற்கே அவ்வாறு நடந்ததாக எம்மை எண்ண வைக்கிறது.

குறிப்பிட்ட அக்காலத்தில் ஒட்டகம், குதிரைகள் இருக்கவில்லை. அத்துடன் இரும்பும் பாவனையில் இல்லாத காலம். அதுமட்டுமல்ல எகிப்தில் நல்ல மரங்களும் கிடையாது. அக்காலத்தில் லெபனானில் இருந்துதான் மரங்கள் கொண்டுவரப்படவேண்டும். இந்தத் தகவல்கள் மேலும் பிரமிக்கவைக்கிறது.

ஒரே காலத்திலோ அல்லது சற்றுப் பின்னாலோ மற்றைய பகுதிகளிலும் இப்படியான விவசாய நாகரீகம் உருவாகியது. முக்கியமாக மொசப்பத்தேமியா என்ற பாபிலோன் மற்றும் ஆசியா மைனர் எனப்படும் துருக்கி போன்ற நாடுகளில் இப்படியாக கட்டடங்கள் ஏன் இருக்கவில்லை?

இதற்கான காரணங்களை ஆராய்வதற்கு அக்கால எகிப்தியர்களின் பழக்க வழக்கங்கள் எண்ணங்கள் பற்றித் தெரிந்து கொள்ளவேண்டும். அதற்கு அவர்களால் விட்டுச் செல்லப்பட்ட ஸ்தலங்கள், பிரமிட்டுகள், சமாதிகளில் அவர்கள் எழுதியதையும், வரைந்த ஓவியங்கள் மற்றும் சுவடுகளையும் வைத்து விஞ்ஞானத்தின் துணை கொண்டு மீள் உருவாக்கம் செய்வது அவசியமாகிறது. இதைத்தான் பெரும்பாலான எகிப்திய ஆய்வாளர்கள் தற்பொழுது செய்து வருகிறார்கள்.

இவர்கள் மூலமாக வரும் தகவல்களை அறிந்து கொள்வதற்கு முன்பாக அக்காலத்தில் அதாவது கி.மு 5ஆம் நூற்றண்டில் எகிப்தில் வந்து தங்கி அவர்களைப் பற்றி எழுதிய உலகத்தின் முதலாவது வெளிநாட்டு ஊடகவியலாளர் எனவும் முதலாவது சரித்திர ஆசிரியர் எனவும் சொல்லப்படும் ஹெரொடோடஸ் என்ன சொல்கிறார் எனப்பார்ப்போம். அவர் சொல்வதை தற்காலத்தில் எல்லோரும் முற்றாக ஏற்றுக்கொள்ளாவிடினும் நிச்சயமாக எம்போன்றவர்களுக்கு சுதந்திரமான சாட்சியாக தென்படுகிறார்.

ஒவ்வொரு எகிப்திய ஆராய்ச்சியாளரும் இவரைக் கடந்துதான் செல்லவேண்டும். அவர் அக்காலத்தில் தான் பார்த்த கிரேக்கர்களுடன் எகிப்தியர்களை ஒப்பிடுகிறார். அக்காலத்தில் உலகத்தின் தலைசிறந்த நாகரீகம் கொண்ட நாடாக கிரேக்கம் விளங்குவதுடன், பதினைந்து வீதம் படித்தவர்கள் கொண்ட நகரமாக ஏதென்ஸ் விளங்குகிறது. இப்படிப்பட்ட இடத்தில் இருந்து வரும் ஹெரொடோடஸ் கூறும் விடயங்கள் எவராலும் புறந்தள்ள முடியாது. (Herododus: An Account of Egypt).

அவரின் கூற்றுகளில் சிலவற்றைத் தேர்ந்தெடுத்துப் பார்ப்போம்.

எகிப்தியர்கள் பல விடயங்களில் மற்றவர்களிலும் வித்தியாசமானவர்கள். இங்கே பெண்கள் சந்தைக்குச் சென்று வியாபாரம் செய்யும்போது, ஆண்கள் வீடுகளில் இருந்து ஆடை நெய்வார்கள். ஆண்கள் தலையிலும் பெண்கள் தோளிலும் சுமைகளை சுமந்து செல்வார்கள். இது மட்டுமல்ல, பெண்கள் நின்றபடியும் ஆண்கள் குந்தியிருந்தும் சிறுநீர் கழிப்பார்கள். கிரேக்கர்கள் இடது பக்கத்தில் இருந்து எழுதத் தொடங்கும்போது எகிப்தியர்கள் வலது பக்கத்தில் இருந்து தொடங்குவார்கள். சாதாரண விடயங்களை எழுத ஒருவித குறியீட்டையும் கடவுளுக்குச் சொந்தமான புனித விடயங்களுக்கு வேறு குறியீட்டு எழுத்துகளையும் பாவிப்பார்கள்.

இவர்களது மத நம்பிக்கை அபரிமிதமானது. தாமிர பாத்திரத்தில் குடித்துவிட்டு கழுவுவதுடன் ஒவ்வொரு நாளும் சுத்தமான ஆடைகளை அணிவார்கள். ஆண்கள் சுத்தமாக இருப்பதற்காகவே கட்டாயமாக சுன்னத்து செய்து கொள்வார்கள்.

பழைய ஏற்பாட்டில் (Genesis 18:6) ஆபிரகாமிற்கு 99 வயதில் கடவுள் சுன்னத்து செய்து வைத்ததாக சொல்லப்படுகிறது. அதன் பின்னர் ஆபிரகாமின் வாரிசுகளான யூதர்களும் அராபியர்களும் மதக் கடமையாக சுன்னத்தை செய்தார்கள். ஆராய்ச்சியாளர்கள் கிமு 1800 ஐ ஆபிரகாமின் வாழ்ந்த காலமாக்கினார்கள். இதற்கு முன்பாக எகிப்தில் சுன்னத் செய்யத் தொடங்கிவிட்டார்கள்.

கோயில் குருமார்கள் ஒவ்வொரு நாளும் உடலில் இருந்து மயிரை சவரம் செய்வார்கள். இதன் மூலம் உடலில் அழுக்கு சேராமலும், பேன் போன்றவை அணுகாமலும் பார்த்துக் கொள்வார்கள். இந்த குருமார்கள் லினனில் உடையுடுத்து பாப்பிரஸ் புல்லினாலான காலணியை அணிந்திருப்பார்கள். இரவிலும் பகலிலும் தங்களை குளிர்ந்த நீரில் இரு தடவை கழுவிக் கொள்வார்கள். ஒவ்வொரு

நடேசன் | 49

கடவுளுக்கும் ஒவ்வொரு மதகுரு இருப்பார். சாமானியர்களின் உணவை அவர்கள் உண்ணமாட்டார்கள். அவர்களுக்கென விசேடமாகச் செய்த பிரட், மாட்டிறைச்சி, வைன் போன்ற உணவுகள் கொடுக்கப்படும். இப்படியான மதகுருமாருக்கு, தலைமைக் குருவும் இருப்பார். அவர் இறந்தபின் அவரது மகன் அந்தத் தலைமைப் பொறுப்பை எடுத்துக்கொள்வான்.

காளை மாடுகள் தெய்வத்திற்குப் பலி கொடுக்கப்படும்போது மிகவும் கவனத்தோடு வாயில் இருந்து வால்வரை அவதானமாக பரிசோதிக்கப்பட்டு ஒரு கறுத்தமயிர் இருந்தாலும் நிராகரிக்கப்படும். பலிபீடத்தின் முன்பு நெருப்பை கொளுத்திவிட்டு வைனை பலிபீடத்தில் ஊற்றியபின் தெய்வங்களின் பெயரை சத்தமாக உச்சரித்தபடி கழுத்தை வெட்டுவார்கள். பசுவை பலி கொடுக்கமாட்டார்கள். அதை ஐசிஸ்(Isis) என்ற தெய்வத்தின் வடிவமாகப் பார்ப்பதால் புனிதமாக எண்ணுவார்கள். இறந்த பசுவை ஆற்றில் வீசுவார்கள். சில எகிப்தியர்கள் ஆட்டை பலி கொடுப்பதில்லை. ஆனால் சில இடங்களில் முக்கியமாக தீப்ஸ் என்ற புனித நகரத்தில் ஆட்டை மட்டுமே பலி கொடுப்பார்கள்.

பன்றி எல்லா எகிப்தியருக்கும் அருவருக்கத்தக்க மிருகமாகிறது. மேலும் பன்றியைத் தொட்டால் உடுத்த உடையுடன் ஆற்றில் மூழ்கி எழுவார்கள். எனினும் சில எகிப்தியர்கள் பன்றி வளர்த்தார்கள். ஆனால் அவர்கள் கோயிலினுள்ளே செல்லமுடியாது. ஆனால் பன்றியை சந்திர கடவுளுக்கு முழுமதி நாளில் பலிகொடுப்பார்கள்.

ஊர்வலங்கள் கூட்டங்களை அமைதியாகவும் பக்தியாகவும் நடத்துவார்கள். அதுவே பிற்காலத்தில் கிரேக்கர்களால் கடைபிடிக்கப்பட்டது. எகிப்தியர்கள் கோயிலில் பெண்களோடு நிற்கமாட்டார்கள். வீட்டில் பெண்களுடன் கூடினால் குளித்துவிட்டே கோயிலுக்குச் செல்வார்கள். ஆனால் கிரேக்கர்கள் பறவைகள், மிருகங்கள் போல் கோயில்களில் கூடுவார்கள்.

பூனைகள் இறந்தால் அந்த வீட்டில் உள்ளவர்கள் தங்கள் புருவங்களை சவரம் செய்வார்கள். நாய் இறந்தால் தலையையும் உடல் மயிரையும் சவரம் செய்வார்கள். இறந்த நாய்களை தங்களது வீட்டுவளவுகளில் புதைப்பார்கள். இறந்த பூனைகளை விசேடமான மைதானத்தில் என்பாமிங் செய்து புதைப்பார்கள்.

எகிப்தியர்கள் சகல நோய்களும் உணவால் ஏற்படுவதாக நினைப்பதால் மாதத்தில் மூன்று நாட்கள் பேதி மருந்து எடுத்து

குடலை சுத்தப்படுத்துவார்கள். சோளத்தில் பிரட் செய்தல், பார்லியில் வைன் செய்தல் அவர்களின் வழக்கம். மீனை காயவைத்தோ வினிகரில் ஊறவைத்தோ உண்பார்கள். குயில்(Quails), வாத்து(duck) போன்றவற்றையும் உண்பார்கள். இளையவர்கள் பாதையில் பெரியவர்களைக்கண்டால் விலகியும் சிரம் தாழ்த்தியும் செல்வார்கள். கால்வரையும் லினன் உடையை உடுத்துவார்கள். கம்பளி உடைகளை உடுத்தினாலும் அதை அணிந்து கொண்டு கோயிலுக்குச்செல்ல மாட்டார்கள். மேலும் கம்பளியுடன் சடலங்கள் புதைப்பதும் தடை செய்யப்பட்டுள்ளது.

எகிப்தியர்கள் ஒவ்வொரு மாதத்தையும் நாளையும் ஒவ்வொரு தெய்வத்திற்கு அர்ப்பணம் செய்திருப்பதால், அந்த நாளில் பிறந்தவன் எப்பொழுது இறப்பான் எனக்கணிப்பார்கள். இந்த மரபுகளைத்தான் கிரேக்கர்கள் தங்கள் நாட்டிற்கு எடுத்துச் சென்றார்கள். வருடங்கள் நாட்களைப் போல் கலையையும் ஒவ்வொரு தெய்வத்திற்கும் அர்பணித்திருந்தார்கள். எகிப்தில் ஒவ்வொரு நோய்க்கும் ஒவ்வொரு வைத்தியர்கள் இருப்பார்கள். தலைக்கு, பல்லுக்கு, இரைப்பைக்கு என்று தனித்தனி வைத்தியர்கள் இருந்தார்கள்.

இப்படியாக சில விடயங்கள் மூலம் பண்டைய எகிப்தியர்களைப் புரிந்துகொள்ள முயலும்போது இறந்தவர்களின் பூதவுடலை பாதுகாப்பதற்கும், அவர்களுக்காக இப்படி கல்லறைகளைக் கட்டுவதற்கும் அடிப்படையான சிந்தனை எங்கிருந்து வந்தது?

ஸ்பிங்ஸ்

ரோமாபுரி ஒரே நாளில் கட்டப்படவில்லை என சொல்வார்கள். அதேபோல் எகிப்திய அரசர்கள் உடனடியாகவே கிசா என்னும் உலக அதிசயமான பிரமிட்டை கட்டிவிடவில்லை. இந்த பிரமிட் அமைப்பு முறை ஒரு கட்டடக்கலையின் பரிணாம வளர்ச்சியுடனேயே வருகிறது.

பழைய அரசர்கள்(Old Kingdom) காலத்தில்தான் இந்த பிரமிட்டுகள் கட்டப்பட்டன. இந்தக்கால கட்டத்தில் பல அரச வம்சங்கள் தோன்றி கடைசியில் பெப்பி 2 என்ற மன்னன் 94 வருடங்கள் அரசாண்டபின் பழைய அரசர் காலம் முடிவுக்கு வருகிறது. இன்னமும் அவ்வளவு நீண்டகாலம் எவரும் உலகத்தில் அரசாளவில்லை என்பதால் அந்த பெப்பி 2வின் சாதனையை எவரும் முறியடிக்கவில்லை.

எகிப்திய வரலாற்றில் சுதேச மன்னர்கள் ஆண்டகாலத்தை பழைய, மத்திய, பிற்காலம் என மூன்றாக வகுத்திருக்கிறார்கள் எகிப்திய வரலாற்று ஆசிரியர்கள். அத்துடன் இடைப்பட்ட காலங்களில் எகிப்து நலிவடைந்த வேளையில் வேற்று நாட்டவர்கள் ஆண்டிருப்பது பற்றிய குறிப்புகள் சரித்திரத்தில் இருந்து மறைக்கப்பட்டுள்ளதாகவும் கூறுகிறார்கள்.

வெற்றிகளைக் கொண்டாடுவதும் தோல்விகளை மறைக்க நினைப்பதுமான சாதாரண மனிதர்களின் போக்கு எகிப்திய அரசவம்சத்தில் இருந்ததால் நலிவடைந்த காலங்களை அறிவதற்கு இலக்கியங்களைத் தேடி அறிய வேண்டியிருப்பதாகச் சொல்கிறார்கள்.

ஆரம்பத்தில் முதலாவதாக உருவாகிய அரசவம்ச காலத்தில் (Dynasty*1*) (*3035—2890* BC) சதுரமான சுடப்படாத மண்கற்களினால் கட்டடங்களைக் கட்டி அங்கு மம்மிகளை பாதுகாப்பாக வைத்தார்கள். இந்த சமாதிகள் எகிப்தின் தெற்கே அபிடோஸ் பகுதியில் (Abydoss) அமைந்திருக்கிறது. அங்கு வைக்கப்பட்டிருந்த செல்வங்களுக்காக சமாதிகள் உடைக்கப்பட்டு சூறையாடப்பட்டன.

எகிப்தின் மத்தியப் பகுதியில் நைல் நதிக்கரையில் அமைந்துள்ள அபிடோஸ் என்ற இடம் இந்துக்களுக்கு காசி போன்று முக்கியத்துவமானது. எகிப்தியர்களின் கர்ண பரம்பரைக் கதைகளில் வரும் தெய்வம் மம்மியாக புதைக்கப்பட்ட புனிதமான இடம் வரலாற்றில் பதிவு பெறுகிறது.

இங்கிருந்துதான் மம்மிகள், பிரமிட்டுகள் என்பவற்றின் சிந்தனை விதை விருட்சமாக வளரத் தொடங்குகிறது. நாங்கள் நிமிர்ந்து அண்ணாந்தபடி பார்க்கும் பிரமிட்டுகள், மேலும் தொடர்ச்சியான பிரயாணத்தில் பார்க்கவிருக்கும் பிற்கால அரசர்களின் மம்மிகளை வைத்திருந்த 'அரசர்களின் சமவெளி'(Valley of the kings) போன்றவற்றின், மம்மியாக்கத்தின் வரலாற்றை இந்த கர்ண பரம்பரைக் கதை தெரிந்தால் மட்டும்தான் புரிந்து கொள்ளமுடியும்.

நான் எகிப்தின் தென்பகுதியில் பார்த்த கோயில்கள், சமாதிகளில் உள்ள ஓவியங்கள், சுவர்களில் செதுக்கப்பட்ட படிமங்கள் என்பன அவற்றை வலியுறுத்தின. அக்காலத்தின் நம்பிக்கைகள், வழிபாடுகள் என்பன அவர்கள் இடையே உலாவி வந்த கர்ண பரம்பரைக் கதைகளைச் சுற்றி வந்தபடி இருந்தன.

300 வருடங்கள் கிரேக்கர்கள் எகிப்தை ஆண்ட காலகட்டத்தில்

(மகா அலெக்சாண்டரில் இருந்து ஜூலியஸ் சீசர் வரையுள்ள காலம்) அவர்களது கதைகளில் உலாவிவந்த பல எகிப்தியக் கடவுள்களின், எகிப்தியப் பெயர்கள் சிதைந்து கிரேக்கப் பெயர்களாக மாறிவிட்டன.

ஒவ்வொரு தொன்மையான சமூகமும், எப்படி உலகம், உயிர்கள் பின்பு மனிதர்கள் உருவாகியது பற்றி விளக்க முயன்றன. அவை பிற்காலத்தில் வாய்வழிக் கதைகளாக பரம்பரை பரம்பரையாக எடுத்துச் செல்லப்படுகிறது. பிற்காலத்தில் பாறைகள், களிமண்கட்டிகள், ஓவியங்கள் என பதியப்பட்டு அதன் பின் பாப்பிரசில், ஓலைச்சுவடுகளில், ஓவியங்களாக எழுதப்படுகிறது. இதற்கு அக்கால எகிப்தியரில் இருந்து, இக்கால அவுஸ்திரேலிய ஆதிவாசிகள் வரை விதிவிலக்கல்ல. அங்கோர் வாட் எனும் கம்போடிய கோயிலில் தேவர்களும் அசுரர்களும் பாற்கடலைக் கடைந்த கதை கல்லில் அழகாக செதுக்கப்பட்டிருந்தது.

கர்ண பரம்பரைக் கதைகளில் மிகவும் முக்கியமான ஒன்றை மட்டும் இப்பொழுது பார்ப்போம்.

நமக்குப் பரிச்சயமானது வேதாகமத்தின் பழைய ஏற்பாட்டில் சொல்லப்பட்ட உலகத்தின் உருவாக்கம். மிகவும் இலகுவானதும் சிக்கலற்றதுமானது. விஞ்ஞானத்தில் கூறப்படும் விளக்கம் போல் அல்லாமல் பாமரர்களாலும், ஞாயிற்றுக்கிழமை பாடசாலைக்குச் செல்லும் சிறுவர் சிறுமியர்களாலும் புரிந்து கொள்ளக்கூடியது. அதன்படி ஆரம்பத்தில் உருவாகிய உலகம், வானம், பூமி என வரையறையற்ற தெளிவற்ற அல்லது உருவமற்றதாக உருவாகிறது. அதன்பின் இரவு, பகல் மற்றும் கடல், நிலம் எனப் பிரிக்கப்படுகிறது. மூன்றாவது நாளில் தாவரங்கள். நாலாவது நாளில் சூரியன், சந்திரன் என இவ்வுலகம் சிருஷ்டிக்கப்பட்டது.

எகிப்தின் கர்ண பரம்பரைக் கதையில் இப்படியான தெளிவற்ற ஒன்றில் இருந்துதான் உலகம் ஆரம்பமாகிறது. ஒருவிதத்தில் பார்த்தால் இந்து சமயத்தில் தேவர்களும் அசுரர்களும் கடைந்த பாற்கடலை ஒத்ததுபோல் தெரிகிறது. பிறைமோடியல் வாட்டர் (Primordial Water) என்ற சமுத்திரத்தில் இருந்து எட்டு கடவுள்கள் தோன்றுகிறார்கள். இவர்கள் ஆண், பெண் என இணையாக இருப்பார்கள். இந்த சமுத்திரத்தில் இருந்து நமது மேருமலையை ஒத்த மலை ஒன்று உருவாகி நிற்கிறது. இந்த மலையில் அட்டும் (ATUM) என்ற கடவுள் தன்னை உருவாக்கி பின்பு ஒன்பது

இயற்கைக் கடவுள்களை உருவாக்குகிறார். காற்று, ஈரலிப்பு, பூமி, வானம் என நமது வர்ணபகவான், வாயுபகவான் என்பதுபோல் உருவாக்கப்படுகிறது.

இந்த எகிப்திய வரலாற்று விடயத்தை நாம் புரிந்து கொள்ள தற்பொழுது வானம், புவி ஆகிய இரு கடவுள்களே அவசியம் எனக் கருதிக்கொண்டு மேலே செல்வோம்

நட்(Nut) என்ற வானமும் ஹெப்(Geb) என்ற பூமியும் நான்கு கடவுளைத் தருகின்றன. இந்த நான்கு கடவுளரும் பண்டைய எகிப்தியர்களின் வாழ்வு, கலை, இலக்கியம், வரலாறு என்பவற்றில் முக்கியத்துவம் பெற்றிருப்பது மட்டுமல்ல அவர்கள் விட்டுச் சென்ற பிரமிட், கோயில்கள் முதலானவற்றில் தொடர்கிறார்கள். இந்த நான்கு கடவுள்களைக் கடந்து எகிப்திய வரலாற்றைப் பார்க்க முடியாது.

நட்டுக்கும் ஹெப்பிற்கும் பிறந்த நான்கு கடவுள்கள் முறையே ஓசிரஸ்(Osiris), ஐசிஸ்(Isis), நெப்தி(Nephthys), சேத்(Seth). இவர்கள் உடன்பிறந்தவர்கள். சேத்தும் நெப்தியும் கணவன்—மனைவி. அதேபோல் ஓசிரஸ்— ஐசிஸ் இருவரும் கணவன்—மனைவி.

இந்த நான்கு தெய்வங்களும் எகிப்திற்கு வருகிறார்கள். ஓசிரஸ் எகிப்தின் அரசனாக ஆட்சி செய்வதுடன் விவசாயத்தின் தெய்வம் என்பதால் எகிப்தில் விவசாயம் தழைக்கிறது. சில காலத்தில் ஐசிஸை அரசாளச் சொல்லிவிட்டு ஓசிரஸ் உலகத்தின் மற்றய நாடுகளில் வாழும் மனிதர்களுக்கு விவசாயத்தைக் கற்பிக்கச் சென்றுவிடுகிறான். மீண்டும் எகிப்திற்கு வந்தபோது ஐசிஸால் எகிப்து திறம்பட அரசாளப்படுகிறது என்பது அவனுக்கு மகிழ்ச்சியைக் கொடுத்தது.

அரசுரிமையில் நாட்டம் கொண்ட சேத் கபடமாக ஓசிரஸ்ஸை விருந்துக்கு அழைத்து உபசரிக்கிறான். அந்த விருந்தின் கேளிக்கைகள் நடந்து முடிந்த பின்பாக தன்னால் உருவாக்கப்பட்ட அழகான பிரேதப் பெட்டியைக் காண்பித்து அதில் ஓசிரஸ்ஸை படுக்க வைத்து, அந்த பிரேதப்பெட்டியை மூடி நைல் நதியில் எறிந்து விடுகிறான். அப்பொழுது ஓசிரஸ் இறந்து விடுகிறான். கணவனின் உடலைத்தேடிச் சென்ற ஐசிஸ், நைல் நதியில் எறியப்பட்ட உடலை அக்காலத்தில் பைபிலோஸ் என சொல்லப்படும் இக்கால லெபனானில் மீண்டும் கண்டெடுக்கிறாள். ஆனால் மீண்டும் அந்த உடலை சேத் பதின்மூன்று துண்டுகளாக

வெட்டி நைல் நதியில் எறிந்தபோது ஐசிஸும் நெப்தியும் மீன் சாப்பிட்ட ஆண்குறியை தவிர்த்து இதர உடல்பாகங்களை எடுத்து மம்மியாக்கி அதனை எகிப்தில் புதைக்கக் கொண்டு வரும்போது ஓசிரஸ் உயிர்த்து ஐசிஸ்சை கர்ப்பமாக்கியபின்பு ஓசிரஸ் இறந்தவர்களின் தெய்வமாகிறார். ஒருவிதத்தில் இந்து சமய யமனைப்போல், இறந்தவர்களின் பாவ புண்ணியத்திற்கு ஏற்ப தீர்ப்பு வழங்கும் இறந்தவர்களின் நீதிபதியாகவும், விவசாயத்திற்கு உதவும் தெய்வமாகவும் எகிப்தியர்கள் ஓசிரஸ்ஸை பார்ப்பதாக இந்தக் கதை கூறுகிறது.

முதலாவது மம்மியாக்கமும் ஓசிரஸில் தொடங்குகிறது.

ஐசிஸ், ஹோரஸ் என்ற குழந்தையைப் பெறுகிறாள். அந்தக் குழந்தை பெரியவனாகியதும் சேத்தை போரில் தோற்கடித்தாலும் அந்தப் போரில் ஹோரஸ் ஒரு கண்ணை இழந்து, பின்பு தெய்வ அருளால் மீண்டும் பார்வை பெறுவதாகக் கூறப்படுகிறது. உண்மையில் இந்தப் போர் அரசுரிமைக்கான போராகிறது. அரசுக்கட்டில் பிற்காலத்தில் சகோதரனுக்கா இல்லை, அரசனின் மகனுக்கா என்பதே வாதம். நகரங்களை ஹோரஸும் பாலைவனத்தை சேத்தும் ஆட்சி செய்ததாக இந்தப் போராட்ட வரலாறு முடிந்தது என்கிறார்கள். இதனால்தான் எகிப்திய அரசர்கள் அனைவரும் கழுகுத் தலையுடைய ஹோரஸ் உடன் தொடர்புள்ளவர்களாக காணப்படுவார்கள்.

எகிப்திய வரலாற்றில் இந்தக் கதை முக்கிய விடயமாகிறது. எகிப்தியர்கள் இறந்தால் எகிப்தில் புதைக்கப்படவேண்டும். அதனால்தான் எகிப்தியர்கள் பல நாடுகளைப் படைஎடுத்துக் கைப்பற்றினாலும் கைப்பற்றிய நாடுகளில் படைவீரர்களை வைத்திருப்பதில்லை.

ஓசிரஸ் இறந்த விடயம் ஒரு மிகவும் முக்கியமான தகவலைக் கூறுகிறது. மத்திய தரைக்கடல் நாடுகளான எகிப்து, பாபிலோனியாவில் வணங்கப்பட்ட கடவுள்கள் இந்த உலகத்தில் இருப்பவர்கள். மேலும் இவர்களுக்கு இறப்பு உண்டு. ஆனால் எமது இந்துக் கடவுள்கள் மற்றும் கிரேக்க, ரோமன் நாடுகளின் கடவுள்கள் இறப்பற்றவர்களாக வேறுபடுகிறார்கள்.

நாங்கள் அடுத்ததாகப் பார்த்த சாகாரா (Saqqara) பிரமிட் சோசரால் (Zoser-Dynasty 3) மெம்பிஸில் கட்டப்பட்டது. இந்த பிரமிட், கற்களால் சதுர வடிவத்தில் ஐந்து படிகளாகக் கட்டப்பட்டது. இதை ஸ்ரெப்

பிரமிட் என்பார்கள். இந்த பிரமிட்டை வடிவமைத்த கட்டடக் கலைஞர் இறந்தபோது இந்த பிரமிட்டின் அருகே புதைக்க அரசன் சோசரால் அனுமதிக்கப்பட்டார். இந்த பிரமிட்டுக்கு தனித்துவமான விடயங்கள் உண்டு. இக்காலத்தில் (2686—2613 கிமு) இவ்வளவு பெரிதாக மனிதர்களினால் கல்லால் உருவாக்கப்பட்ட வடிவமாகவும் இருந்தது. அத்துடன் எகிப்திய அரசர்கள் முப்பது வருடம் அரசாண்ட பின்னர், தாங்கள் தொடர்ந்து அரசாள்வதற்கும், போர் புரிவதற்கும் தகுதியானவர்கள் என்பதை நிரூபிக்க ஒரு வீர விளையாட்டு நிகழ்ச்சியை நடத்துவார்கள். அந்த நிகழ்ச்சியை நடத்துவதற்கான மைதானமும் இந்த பிரமிட் உள்ளே அமைக்கப்பட்டிருந்ததாம். அத்துடன் கோயில் ஒன்றும் உள்ளே கட்டப்பட்டிருந்தது.

இதற்குப் பின்பாக வந்த அரசர்களில் முக்கியமானவர் சினபெரு(Sneferu) (2613—2589). இவரால் கட்டப்பட்டது வளைந்த பிரமிட் (Bent pyramid). பிரமிட்டைக் கட்டியபின் அந்த கட்டிய தரை இறுக்கமாக இல்லாததால் பிரமிட்டின் ஒரு பகுதி தரையில் இறங்கியது. இதன் பின்பும் மனம் தளராமல் மீண்டும் இரண்டு பிரமிட்டைக் கட்டியதாகவும் அதில் ஒன்றே ரெட் பிரமிட் எனவும் சொல்லப்படுகிறது. எகிப்திய வரலாற்றில் சினபெருக்கு முக்கிய இடமுண்டு. இரத்தினங்கள் வகையைச் சேர்ந்த விலைமதிப்பான கற்களை(turquoise) அகழும் சுரங்கங்களை சினாய் பாலைவனப்பகுதியில் உருவாக்கியதுடன் லெபனான், சிரியா போன்ற நாடுகளுடன் வர்த்தகத்தில் ஈடுபட்ட முதல் எகிப்திய அரசன். இவரது காலத்தில் கலைகள், எழுத்துகள் உருவாகியதாக சொல்லப்படுகிறது. அரச குடும்பத்தின் உருவங்கள், கற்களிலும், இரத்தினங்களிலும் இவரது காலத்தில் செதுக்கப்பட்டதாக அறியப்படுகிறது.

சினபெருவைப் பற்றிய அழகான கதை ஒன்று உண்டு.

சினபெரு ஒரு முறை நைல் நதியில் பயணித்தபொழுது, இருபது இளம் கன்னிகள் மீன்வலையை மட்டும் தங்கள் உடையாக உடுத்தபடி அந்த உல்லாசப்படகை வலித்தார்கள். படகில் செல்லும்போது படகின் துடுப்பு வலிக்கும் பணிப்பெண் ஒருத்தி திடீரென முகம்வாடி அமைதியாகி விட்டாள். இதைக் கவனித்த சினபெரு “ஏன் பெண்ணே முகம் வாடிவிட்டாய்” எனக் கேட்டதாகவும் அந்தப்பெண், தனது கழுத்தில் இருந்த சங்கிலியில் தொங்கிய மீன் வடிவமான பதக்கம், தலை மயிரில்

சிக்கி நைல் நதியில் விழுந்தாகக் கூறியபோது, சினபெரு தனது மந்திரவாதிகளை அழைத்து நைல் நதியை இரண்டாகப் பிரிய வைத்ததாகவும், அதன்பின்பாக அந்த பதக்கத்தை எடுத்து பெண்ணிடம் கொடுத்தாகவும் கூறும் கதை பாப்பிரசில் எழுதப்பட்டு பெர்லின் நூதனசாலையில் உள்ளது.

இந்தக்கதை வேதாகமத்தின் பழைய ஏற்பாட்டில் செங்கடல் பிரிந்து இஸ்ரேலியர்களுக்கு வழிவிட்டதாகச் சொல்லப்படும் கதை நடந்த காலத்திற்கு கிட்டத்தட்ட ஆயிரம் வருடம் முந்தியது.

கடைசியாக நாங்கள் சென்று பார்த்தது ஸ்பிங்ஸ் என்ற புகழ்பெற்ற சிலை. ஒரே கல்லில் செதுக்கப்பட்டுள்ளது. செபெரன் (Chephren) என்ற மன்னரால் அவனது முகத்தை உருவகித்து செதுக்கப்பட்டிருக்கலாம் என ஒரு சிலரும் குபுவின் மகனாகிய கஃப்றி (khafre) அரசனின் காலத்தில் செதுக்கப்பட்டிருக்கலாம் என மற்றவர்களாலும் நம்பப்படுகிறது. அதற்குக் காரணம் ஸ்பிங்ஸ் பக்கத்தில் கஃப்றியின் பிரமிட் ஒரே நேர்கோட்டில் உள்ளது. ஸ்பிங்ஸ் 2500 கிமுவில் செதுக்கப்பட்டிருக்கலாம் என வரையறுத்துள்ளார்கள். சிங்கத்தின் உடலையும் மனிதனது முகத்தையும் கொண்ட கற்பனையான உருவம். இது எகிப்திய அரசர்களின் வீரத்திற்கு அடையாளமான படைப்பு. மனிதன் முகத்தில் மிருகங்களது உடல் கொண்ட இந்த அடையாளங்கள் மத்திய தரைக்கடலை ஒட்டிய நாகரீகங்களான மொசப்பத்தேமிய துருக்கி கிரேக்க பகுதிகளில் மட்டுமல்ல தென் ஆசியா தென்கிழக்கு ஆசியாவிலும் காணப்படுகிறது. இந்து மதத்தில் நரசிம்ம அவதாரம் எனப்படும் வடிவத்திற்கு ஒப்பானது.

ஐரோப்பாவில் மறுமலர்ச்சிக் காலத்தின் பின்னால் இந்த ஸ்பிங்ஸ் வடிவம் பல வடிவங்களில் உருமாறியது. ஸ்பிங்ஸ் மூக்கு உடைந்தும் தாடியற்றும் உள்ளது. எகிப்திய அரசர்கள் செயற்கையான தாடி வைப்பது கிரீடம் சூடுவது போன்றது. தற்பொழுது அந்தத் தாடி பிரித்தானிய மியூசியத்தில் உள்ளது. அதேபோல் ஸ்பிங்ஸின் மூக்கை யார் உடைத்தார்கள் என்பது ஒரு சூடான விவாதத்திற்கு உட்பட்டது. ஆரம்பத்தில் ஸ்பிங்ஸின் மூக்கு உடைந்தது நெப்போலியன் காலத்தில் என்று நினைத்தாலும் தற்பொழுது துருக்கியர்கள் காலத்தில் மூக்குடைந்தது என முடிவாகியுள்ளது.

பொருளாதாரத்தில் நலிவடைந்த காலங்களில் சிறிய பிரமிட்டுகள்

கட்டப்பட்டன. எகிப்தின் சரித்திரத்தில் பின்னடைவான காலத்தில் பல அரசர்கள் அடிக்கடி அரச கட்டில் ஏறும்போதும் இந்த பிரமிட் கட்டும் வேலை நடைபெறவில்லை. இதை விட பிற்காலத்தில் எகிப்திய மன்னர்கள், பிரமிட் கொள்ளையடிப்பவர்களுக்கு இலகுவாக இருக்கிறது என்பதால் மம்மிகளை வேறு இடங்களுக்கு கொண்டு சென்றார்கள். பெரும்பாலான பிரமிட்டுகள் கட்டப்பட்ட காலத்தை பழைய அரசர்களின் காலம் என சரித்திர ஆசிரியர்கள் வர்ணிப்பார்கள். அதன் பின்பான 200 வருடங்கள் அதிக வரலாற்றுக் குறிப்புகள் இல்லை. மேலும் அன்னியர்கள் படையெடுத்து வந்ததாகவும் எகிப்திய விளைநிலங்களையும் வளங்களையும் நாசம் செய்ததாகவும் சில குறிப்புகள் இருக்கின்றன.

பிரமிட்டுகளை முடித்துக்கொண்டு லக்சர் செல்வதற்காக மீண்டும் கெய்ரோ விமான நிலையத்திற்குச் சென்றோம்.

மேற்குலகம் கடத்திய கலைச்செல்வங்கள்

கெய்ரோவில் இருந்த லக்சருக்குச் செல்வதற்கு மீண்டும் விமான நிலையத்திற்குச் சென்றோம்.

விமானப் பிரயாண நேரம் ஒரு மணித்தியாலத்திற்கு சற்று அதிகமாக இருந்தாலும் விமான நிலைய பாதுகாப்புக் காரணங்களால் காலைவேளையில் சென்று மதியத்துக்கு மேல் லக்சர்(Luxor) செல்வதாக இருந்தது. இந்த லக்சரில் இருந்துதான் ஐந்துநாட்கள் எமது சுற்றுலா தெற்கு நோக்கி, நைல் நதியில் படகுப் பிரயாணத்தில் தொடங்குகிறது.

நைல் நதியில் படகுப் பிரயாணம் பல ஹொலிவூட் படங்களிலும் நாவல்களிலும் வருகிறது. அதனாலும் படகுப் பயணம் பிரபலமாகியுள்ளது.

முக்கியமாக அகதா கிறிஸ்டியின் நைல் நதியில் மரணம் நாவல் படமாகியது (Death on the Nile). இந்தப்படத்தில் சில காட்சிகள் மட்டுமே நினைவிலிருந்தாலும் அதில் வரும் நைல் நதிப் பயணம் மனதில் ஆழமாகப் பதிந்துள்ளது.

உலகின் முக்கிய நதிகளில் தெற்கேயிருந்து வடக்கு ஓடுவது நைல் நதி மட்டுமே.

ஆதிகாலத்தில் இருந்தே நைல் நதிப்பயணம் எகிப்தியர்களுக்கு இலகுவானது. நைல் நதியில் தெற்கு நோக்கி, அதாவது சூடான் பக்கமாக செல்லும் போது காற்று தெற்கு நோக்கி வீசுவதால் பாய்மரத்தை விரித்தால் படகு போய்க் கொண்டேயிருக்கும். அதே போல் வடக்கு நோக்கி நைல்நதியில் செல்லும்போது, பாயை இறக்கிவிட்டால் அந்த நீரோட்டத்தில் அலெக்சாண்ரியாவுக்கு வந்து மத்திய தரைக்கடலை அடைந்து விடலாம். இவ்விதமாக காற்றுக்கு இசைவாக கப்பலோட்டம் இருந்ததால் எகிப்தியர்கள் பெரிய கப்பல்களையோ தேர்ச்சிபெற்ற மாலுமிகளையோ உருவாக்கவில்லை என்பது வரலாற்றாசிரியர்களின் கருத்து. எகிப்தை ஆயிரம் வருடங்கள் அரசாட்சி செய்த கிரேக்கர், ரோமர் முதலானோர் பலமான கப்பல் படையைக் கொண்டவர்களாகவும் சிறந்த கப்பலோட்டிகளாகவும் விளங்கியிருக்கிறார்கள்.

இப்பொழுது லக்சர் என அழைக்கப்படும் இந்த நகரம் கிரேக்கர் காலத்தில் தீப்ஸ்(Thebes) என அழைக்கப்பட்டது. இந்த நகரம் எகிப்தின் தலைநகரமாக மத்திய அரசர் (2040—1750 BC) காலப்பகுதியில் தொடங்கி புதிய அரசர்கள் (1550—1070 BC)

நடேசன் | 61

காலத்தில் புனித நகரமாகியது.

“தீப்ஸ் நகரத்தின் நூறு வாசல்களால் இருநூறு குதிரை இரதத்தில் வீரர்கள் வருவார்கள்” என்று இலியட் இதிகாசத்தில் கூறுகிறது.

புனித நகரமானதும் அங்கு மக்கள் வழிபடும் தெய்வம் அமுன் (AMUN) என்ற பெயரில் அழைக்கப்பட்டது. அமுன் ஆரம்பத்தில் உலகத்தை உருவாக்கிய கடவுளில் ஒருவர். பிற்காலத்தில் அமுன் மேலதிக பெயரான இரா என்ற பெயருடன் அமுன்—இரா என்ற பெயரில் இரட்டைத் தெய்வமாகிறார்.

இரா என்பது பண்டைய எகிப்திய மொழியில் சூரியனைக் குறிப்பது. எகிப்திய அரசர்கள் சூரியவம்சத்தைச் சேர்ந்தவர்கள் என்பதால் பல அரசர்கள் இராம்சேக்கள் ஆகினார்கள்.

அமுன்—இரா, முட் என்ற பெண் தெய்வத்துடன் இணைந்து கொன்சு என்ற மகனைப் பெற்று இந்த தீபஸ் நகரத்தின் முக்கிய மூன்று கடவுளாகிறார்கள். சமய நம்பிக்கையின் அடிப்படையில் லக்சர் கோயில் கட்டப்படுகிறது.

விமான நிலையத்தில் எமது பொதிகளை ஏற்றுவதில் மீண்டும் அகமது உதவினார். பேசும் மொழி எமக்குப் புரியாமல் அவரில் நாம் தங்கி இருக்கிறோம் என்ற உணர்வு வந்தபோது, காலத்தால் செய்த உதவி ஞாலத்தைவிடப் பெரியது என்ற திருவள்ளுவரின் கூற்றே நினைவுக்கு வந்தது. புதிய இடத்தில் சிறிய உதவிகளும் பெரிதாகத் தெரிகிறது. அவுஸ்திரேலியாவில் இருந்து சென்ற எட்டுப் பயணிகளது பொதிகளை விமானத்தில் ஏற்றுவதற்கு அகமது உதவினார்.

துபாயில் நான் வாங்கிய விஸ்கியுடன் இலவசமாகப் பெற்றுக்கொண்ட பெட்டியையும் ஏற்றிவிட்டு, புத்தகம் மற்றும் கெமரா மட்டும் இருந்த கைப்பொதியை மட்டுமே வைத்திருந்தேன்.

விமான நிலையத்தில் எங்களைப்போல் லக்சர் போகக் காத்திருந்தவர்களில் சிலர் மட்டுமே வெளிநாட்டு உல்லாசப்பிரயாணிகள். மற்றவர்கள் உள்ளூர்வாசிகள். இங்கேயும் எகிப்தின் உல்லாசப்பயணத் துறையின் நலிவு பார்க்கக்கூடியதாக இருந்தது.

விமானம் ஏறுவதற்கு முன்னர் சுங்கப் பரிசோதனைக்காக கையில் உள்ள கைப்பொதிகளை எக்ஸ்ரே இயந்திரத்தினுள்ளே அனுப்பும்போது எனது பொதிகள் போய்விட்டது என்பதால்

நானும் பரிசோதனை வாசலைக் கடந்து வந்து அடுத்த பக்கத்தில் நின்றேன். எல்லோரது கைப்பொதிகளும் சுமுகமாக வந்து கொண்டிருந்தன. அந்த எக்ஸ்ரே இயந்திரத்தில் பொருட்களை கவனித்த ஒரு சுங்கப் பரிசோதகர் திடீரென்று என்னைப் பார்த்தார்.

அவர் அங்கு பல வருடங்களாக அந்தப்பிரிவில் பொருட்களை பரிசோதிக்கும் பணியிலிருப்பவராக இருக்கவேண்டும். அந்த முகத்தில் படிந்திருந்த அனுபவம் சகாரா பாலைவனத்து மணல் மடிப்புகளாக எனக்குத் தோன்றியது. அவரது கண்களில் தோன்றிய மின்னல், அவுஸ்திரேலியாவில் வீதிகளில் திடீரென பின்னால் தோன்றும் பொலிசின் வாகன அபாய அறிவிப்புபோல் தெரிந்தது.

எக்ஸ்ரே இயந்திரத்தின் திரையைப் பார்த்தேன்.

எனது நண்பன் இரவீந்திரராஜாவின் சூட்கேஸ் தெரிந்தது.

'மச்சான் என்னைக் காப்பாற்று' என அந்தப் பெட்டி என் அடிமனத்தோடு பேசியது.

துபாயில் இரண்டு சிவாஸ்ரிகல் போத்தல்கள் வாங்கியபோது கிடைத்த பெட்டியும், அந்தப் பெட்டியில் இருந்த இரண்டு லிட்டர் கொண்ட இரண்டு சிவாஸ்ரிகல்களும் தெரிந்தன.

நூறு மில்லி லிட்டர் மட்டுமே திரவப்பொருளாக கையில் எடுத்துக்கொண்டு விமானத்தில் செல்லலாம் என்ற சர்வதேச சட்டத்தை சிவாஸ்ரிகல் அன்று முறியடித்துவிட்டது.

எனது சட்டைப்பொக்கற்றில் கையை விட்டபோது ஐம்பது எகிப்திய பவுண்ட்ஸ் நோட்டு வந்தது. அவுஸ்திரேலிய பாணியில் 'ஹாய் மேற்' என்றுசொல்லிவிட்டு கையை குலுக்கியபோது எனது கையில் இருந்த அந்த நோட்டு அவரது கைக்கு மாறியது. மெதுவான சிரிப்புடன் அந்த மனிதர் பொத்தானை அழுத்தியதும் அந்தப் பெட்டி வெளியே வந்து சேர்ந்தது. எனது நண்பன் இரவீந்திரராஜாவுக்கு மின்னல்வேகத்தில் நடந்த அந்தக்காட்சி தெரியாத விடயம்.

கரணம் தப்பினால் மரணம் என்பதுபோல் அற்கஹோல் கடத்தியதற்கு உதவிய அந்த மனிதனும் இலஞ்சம் கொடுத்ததற்கு நானும் கெய்ரோவில் கம்பியெண்ண வேண்டி வந்திருக்கலாம். மரியட் ஹோட்டலில் தங்கியிருந்துவிட்டு கெய்ரோ சிறைக்கு இடம்மாற்றம் பெறுதல் என்பது நன்றாக இருக்குமா?

“நூறு மில்லி லிட்டர் மட்டும் கையில் கொண்டுவர அனுமதித்தபோது எப்படி இரண்டாயிரம் மில்லி லிட்டர் விஸ்கியை கொண்டு வருகிறாய்” என்று நண்பனிடம் கேட்டேன்.

“அந்தப்பெட்டிக்குள் விஸ்கி இருக்கென்று தெரிந்திருந்தால் ஏனைய பொதிகளுடன் நான் பிளேனில் போட்டிருப்பேனே...”

“எனக்கு நீ ஐம்பது பவுண்ட்ஸ் தரவேண்டும். உனது விஸ்கிக்காக நான் கொடுத்த இலஞ்சம்.”

“அதுதான் நீங்கள் அந்த மனிதரோடு கைகுலுக்கிய இரகசியமா?” எனக்கேட்டு எல்லோரும் சிரித்தனர்.

லக்சர் சிறிய விமான நிலையம். அங்கு ஏற்கனவே எமக்கு வழிகாட்டியாக முகமது என்ற லக்சோர் இளைஞன் காத்திருந்து அழைத்துச் சென்றான். உல்லாசப் படகு லக்சர் துறைமுகத்தில் எங்களுக்காக காத்திருந்தது. அது சிறிய கப்பல் போன்றது. பத்து அறைகள் கொண்டது. ஒவ்வொரு அறையிலும் இரண்டு கட்டில்கள். குளியலறையுடன் சகலவசதிகளும் இருந்தன.

அந்த உல்லாசப்படகில் எங்களது பயண சூட்கேசுகளை வைத்து விட்டுத் திரும்பியபோது அமெரிக்கத் தம்பதிகள் எங்களுடன் சேர்ந்து கொண்டனர். எங்களுக்கு ஆங்கிலத்தில் பேசும் வழிகாட்டி. மேலும் மூன்று பிரான்ஸ் குடும்பங்கள் எமது படகுக்கு வந்து சேர்ந்தனர். அவர்களுக்குப் பிரான்சிய மொழிபேசும் வழிகாட்டி ஒருவர் ஒழுங்கு பண்ணப்பட்டிருந்தார்.

நாங்கள் பார்க்கச்செல்லும் லக்சர் கோயில், நைல் நதியில் கிழக்கு பகுதியிலும் இறந்தவர்களை மம்மியாக்கி வைத்திருக்கும் அரசர்களின் சமவெளி மேற்குப்பகுதியிலும் உள்ளது. கார்நாக் என்ற மிகப்புனிதமானதாக அக்காலத்தில் கருதப்பட்ட ஒரு கோயில் சிறிது தூரத்தில் உள்ளது. மெம்பிசை போல் லக்சரும் திறந்தவெளி தொல்பொருள் காட்சியகம்.

லக்சர் கோயில் என்பது தனியான ஒரு கோயில் அல்ல. பல அரசர்களால் கட்டப்பட்ட பல கோயில்களின் ஒன்றுபட்ட ஸ்தலமாகும். பலகாலம் மண்ணால் மூடப்பட்டிருந்தது. அந்த இடத்தில் ஒரு கிராமத்தை உருவாக்கி அங்கு ஒரு இஸ்லாமிய பள்ளிவாசலும் கட்டி இருந்தார்கள். 19 ஆம் நுற்றாண்டில் கோயில் மீட்கப்பட்டபோது கிராமத்தில் வசித்தவர்கள் வேறு

இடத்திற்கு குடியேற்றப்பட்டனர். பள்ளிவாசல் இன்றும் அதே இடத்தில் உள்ளது.

இந்தக் கோயிலுக்கு செல்லும் வழியில் எமது ஆங்கில வழிகாட்டி முகமது பிரான்சைச் சேர்ந்த அந்த மூன்று குடும்பத்தினரிடமும் நகைச்சுவையாக பிரான்சிய மொழியில் பேசினான். அந்த மொழி புரியாவிட்டாலும் அதில் குறைகூறும் தன்மை தொனித்ததை உணரமுடிந்தது. லக்சர் கோயிலை நெருங்கியபோதுதான் எனக்கு அதன் அர்த்தம் புரிந்தது.

நவீன எகிப்தியலை தொடக்கி வைத்தது நெப்போலியனின் எகிப்திய படையெடுப்பு என முன்பு பார்த்தோம். முன்னர் பல எகிப்தியக் கலைச்செல்வங்கள் பிரான்சுக்கு எடுத்துச் செல்லப்பட்டு, பாரிஸ் மியூசியத்தில் எகிப்தியபிரிவு ஒன்று உருவக்கப்பட்டது. அப்பொழுது யேன்—பிரான்சிஸ் ஷம்போலியன் (Jean-François Champollion) என்பவர் எகிப்தின் ஆராய்ச்சியாளராக இயங்கி, எகிப்திய குறியீட்டு மொழியை புரிந்து கொண்டு உலகத்திற்கு அதனை வெளிப்படுத்தினார். பின்பு எகிப்தின் பல இடங்களுக்கும் அவர் பயணம் செய்தார். இவரால் பல விடயங்கள் வெளிஉலகுக்கு தெரியவந்ததால் எகிப்தின் மூலவராக அவர் கணிக்கப்படுகிறார்.

லக்சர் கோயிலின் முகப்பில் ஒபிலிக்ஸ் (Obelisks) எனப்படும் ஒரு தூண் தெரிந்தது. இப்படியான தூண்கள் எப்பொழுதும் இரட்டைப்படையாக அமைந்திருக்கும். இவை 1000 தொன் எடையுள்ள கருங்கல்லில் செப்பனிடப்பட்டவை. இவற்றிற்கு எகிப்திய வரலாற்றில் தனியிடம் உள்ளது.

இந்தத் தூண்கள் அக்காலத்தில் வணக்கத்திற்குரிய புனிதமான சின்னங்கள். இரா என்ற சூரியனோடு சம்பந்தப்பட்டது. நுனியில் உள்ள பிரமிட் வடிவம் வெள்ளியும் பொன்னும் கலந்து பூசப்பட்டிருக்கும். எகிப்தின் முக்கிய அரசர்கள் இத்தகைய தூண்கள் பலவற்றை பல இடங்களில் வைத்திருக்கிறார்கள். அதிக தூண்கள் இருக்கும் இடம் கெலியபோலிஸ் என கிரேக்க மொழியில் சொல்லப்படும் சூரிய நகர்(Sun city).

இந்தத் தூண்கள் அஸ்வான் பகுதியில் பெரிய கற்சுரங்கங்களில் அகழப்படுகின்றன. பின்னர் அவை லக்சர், கெலியபோலிஸ், அலெக்சாண்டிரியா போன்ற இடங்களுக்கு கொண்டு செல்வது சாதாரணமான விடயம் அல்ல. மிகக் கடின வேலையாகும்.

வடக்கு நோக்கி ஓடும் நைல் நதியில், மிதவைகள் மூலம்தான் இந்தத்தூண்கள் கொண்டு செல்லப்படவேண்டியிருந்தது.

இரண்டு ஜம்போ ஜெட் விமானத்தின் எடைகொண்ட 60—100 அடி நீளமான இந்தத் தூண்களை எழுப்புவதானது, பிரமிட்டை நிர்மாணிப்பதிலும் பார்க்க கடினமானது என எகிப்திய ஆய்வாளர்களால் சொல்லப்படுவதால் அதுபற்றி சிறிது விபரமாகப் பார்ப்போம்.

அஸ்வான் கிரனைட்டு என சொல்லப்படும் பெரிய கற்களில் டொலரைட் என்ற வைரமான கற்களால் அடித்துச் செதுக்கி உருவாக்கப்படும் இந்தப்பாரிய துண்கள் பெரிய மரக்குற்றிகளில் வைத்து உருட்டப்பட்டு நைல்நதிக்கரைக்கு எடுத்துச் செல்லப்படும். பின்னர் நைல் நதியில் மிதவைகளில் வைத்து படகுகள் மூலம் இழுத்துச் செல்லப்பட்டன. அவ்வாறு எடுத்துச்செல்லப்பட்ட தூண்களை தரையில் நிமிர்த்தி வைப்பதென்பது இயந்திரங்கள் அற்ற அக்காலத்தில் பெரியசாதனைதான். புவியீர்ப்பு விசையில் தங்கியே இந்தத்தூண்கள் தரையில் நிற்கின்றன. இந்தத்துண்களை சாய்தளங்களைக் கட்டியே அக்கால மனிதர்கள் நிறுத்தியிருக்கிறார்கள் எனக்கருதப்படுகிறது. மிகவும் கவனமாக செய்யவேண்டிய பாரிய நிர்மாணப்பணி என்பதை புரிந்துகொள்ளமுடிகிறது.

பண்டைக்கால எகிப்திய வரலாற்றில் மிகவும் முக்கிய அரசனாக கருதப்படும் இராம்சி 2, இரண்டு தூண்களை லக்சர் கோவில்களில் ஸ்தாபித்தார். அதில் இரண்டாவது தூணை நிறுத்தியபோது, அந்த வேலையில் ஈடுபட்டவர்கள் நிதானமாகவும், கவனமாகவும் செய்வதற்காக தனது மகனை அந்தத் தூணின் கூரிய முனையில் கட்டியதாக வரலாறு கூறுகிறது. அதேபோன்று எகிப்திய வரலாற்றில் பெண்ணரசியான ஹட்சிபுட் (Hatshepsut) இரண்டு தூண்களை ஏழே மாதத்தில் உருவாக்கி அவை இரண்டையும் ஒன்றாகக் கொண்டுவந்து கார்நாக் கோயிலில் நிறுத்திய சாதனை சித்திரவடிவில் பதியப்பட்டுள்ளது.

பிற்காலத்தில் இந்தத் தூண்களைப் பார்த்த ஐரோப்பியர், இவற்றை தங்களது நாடுகளுக்குக் கொண்டுசெல்ல முனைந்தனர். பதினைந்து தூண்களை ரோமர்கள் கொண்டு சென்றனர். அதில் இரண்டு அகஸ்ரஸ் சீசரின் காலத்தில் கொண்டு செல்லப்பட்டது. ரோமரால் கொண்டு செல்லப்பட்டவை, தொலைந்து பிற்காலத்தில் மீண்டும் கண்டெடுக்கப்பட்டதாகவும் வரலாறு கூறுகிறது.

அலெக்சாண்ரியாவில் இருந்த ஒபிலிஸ்க்கை பிரான்சிற்கு பரிசாக எகிப்தியர்கள் கொடுத்தனர். பிரான்சிய எகிப்தியலாளர் ஸாம்பலியன் அதில் வெடிப்பு இருப்பதைப் பார்த்து அதைவிட்டு விட்டு இராம்சியால் எழுப்பப்பட்ட லக்சரில் உள்ள இரண்டு ஒபிலிஸ்க்கில் ஒன்றை எடுத்துக்கொண்டு சென்றனர். அது பாரிசில் தற்போது உள்ளது.

அலெக்சாண்ரியாவில் இருந்து பிரித்தானியர் ஒபிலிஸ்க்கை இலண்டனுக்கு கொண்டு சென்றனர். அது மிகவும் சுவாரசியமான கதையாகும். பிரித்தானியர் அலெக்சாண்ரியாவில் உள்ளதை மரத்தில் செய்த பெட்டிக்குள் வைத்து கப்பலில் கடலுக்குள் இழுத்துச் சென்றபோது புயல் அடித்ததனால் ஆறு மாலுமிகள் அந்தவிபத்தில் இறந்தனர். புயலினால் தூணும் பெட்டியை விட்டு கடலில் மூழ்கி தொலைந்துவிட்டது. அதனை வேறு ஒரு கப்பலில் வந்தவர்கள் கண்டெடுத்து உரிமை கோரியபோது, அவர்களிடம் பணம் கொடுத்து வாங்கிய பிரித்தானியர் அதை தேம்ஸ் நதிக்கரையில் நிறுத்தியுள்ளார்கள்.

கடைசியாக, அமெரிக்கர்கள் நியூயோர்க் சென்ரல் பார்க்கில் ஒரு தூணை நிறுத்துவதற்காக கப்பலில் எடுத்துச்சென்ற போது, அதை அலெக்சாண்ரியா துறைமுகத்திற்கு கொண்டு செல்லுவதற்கு பல தடைகள் வந்தன. தடைகளை மீறி கப்பலில் கொண்டு சென்றபோது நியூயோர்க் துறைமுகத்தின் இறங்கு துறையில் இறக்குவதற்கு துறைமுக நிர்வாகம் மறுத்தபடியால், மற்றுமொரு மார்க்கமாக வேறு திசையில் அதைக் கொண்டுசெல்ல 112 நாட்கள் எடுத்தன என்ற செய்தியும் உண்டு.

இந்தத்தூண்கள் இவ்வாறு எடுத்துச் செல்லப்பட்ட காலகட்டத்தில், எகிப்தின் பொருளாதாரம் மிகவும் நலிவடைந்திருந்தது. மேற்கு நாடுகள் இதைப்பயன்படுத்தி தங்கள் நாட்டுக்கு அந்த புராதன சின்னங்களை கவர்ந்து கொண்டு சென்றன. எகிப்தின் இந்த அருங்கலைச்சின்னங்கள் —கலைச்செல்வங்கள் தற்பொழுது நியூயோர்க், பாரிஸ், இலண்டன் மியூசியங்களிலே காணப்படுகின்றன.

எனது முன்னைய பயணங்களின் போது இந்த மூன்று மியூசியங்களுக்கும் நான் போயிருந்தாலும், எகிப்தின் வரலாறு தெரியாததால் இந்தச்சின்னங்களை கூர்ந்து பார்க்கவில்லை. பார்த்தவை மனதில் பதியவும் இல்லை.

லக்சர் கோயிலைப் பார்க்கும்போது ஆச்சரியமும் பிரமிப்பும்

என்னை ஆட்கொண்டன. வார்த்தைகளால் வர்ணிக்கமுடியாத உணர்வுகளே, அக்கால எகிப்தின் வரலாற்றை அறிய வேண்டுமென்ற எண்ணத்தை உருவாக்கியது.

எகிப்தின் புராதன கலைச்செல்வங்களைப் பார்த்து அவற்றின் வரலாறுகளைத் தெரிந்து கொள்ளும்பொழுது, அதற்கு முன்னர் படித்து அறிந்த ஏனைய நாடுகளின் வரலாறுகளும் அவற்றின் ஊடாகப் பார்த்த கட்டடங்களும் மிகவும் சாதாரணமானவை என்ற எண்ணம்தான் எனக்கு ஏற்பட்டது.

லக்சர் கோவில்

லக்சர் கோவில் எகிப்தின் 18 ஆவது அரசவம்சத்தைச் சேர்ந்த ஆமன்ஹோரரப்3 என்பவரால் உருவாக்கப்பட்டது. பின்பு 19 ஆவது அரச வம்சத்தைச் சேர்ந்த மகா இராம்சியால் (இராம்சி2) பிரமாண்டமாக கட்டப்பட்டது. ஏனைய அரசர்களது காலத்தில் சில கட்டடவேலைகள் நடந்த போதிலும் மேற்குறிப்பிட்ட இரு அரசர்களுமே இந்தக் கோயிலைப் பொறுத்தவரை முக்கியமானவர்கள்.

முகப்பில் ஒற்றையாக நின்று கொண்டிருந்த ஒபிலிஸ்க் என்ற பிரமாண்டமான தூணைப் பற்றிய விடயங்களை எமது வழிகாட்டி முகமது சொல்லிக் கொண்டிருந்தபோது, அதன் அருகே நின்ற இரண்டு எகிப்திய சிறுவர்கள் கல்லில் செதுக்கிய வண்டுகளை (Scarab or Dung beetle) (நமது ஊரில் சாணியை உருட்டும் வண்டுகள்) எமக்கு விற்க முனைந்தார்கள்.

அந்த வண்டுகளின் அடையாளம் பண்டைய எகிப்தியக் கலாசாரத்தில் முக்கியமானது.

அக்காலத்தில் இந்த வண்டுகளை புனித அடையாளமாகக் கொள்வார்கள். விலை உயர்ந்த கற்களில் வண்டு உருவங்களை பதக்கமாகச் செய்து பெண்கள் அணிவதுடன் பரிசுப் பொருளாக மற்றவர்களுக்கு கொடுப்பதும் வழக்கம். அந்தச் சிறுவர்கள் வைத்திருந்த செதுக்கிய கல்வண்டின் அடியில் எகிப்தின் பண்டைய குறியீட்டு மொழியில் ஏதோ எழுதப்பட்டிருந்தது.

ஆமன்ஹோரப்3 அரசாளும்போது தனது காலத்தில் அரச வம்சத்தில் பிறக்காத பெண்ணை திருமணம் முடித்த தகவலையும் அரசபையில் நடந்த முக்கிய சம்பவங்களையும் நூற்றுக்கு மேற்பட்ட வண்டுகளில் எழுதி வெளிநாடுகளுக்கு அனுப்பினான்.

இப்பொழுதும் குறிப்பிட்ட தகவல் பதிந்த வண்டுகள் சில நாடுகளில் உள்ளன. இது உலகத்தின் முதலாவது தந்திச்சேவை என வரலாற்றில் வர்ணிக்கப்படுகிறது. என்னைப் பொறுத்தவரை இக்காலத்து முகநூல் மாதிரியான விடயம் எனலாம்.

நைல்நதியின் கிழக்குக் கரையில் வடக்கு தெற்காக கட்டப்பட்டிருக்கும் லக்சர் கோயிலின் நுழைவாயில் வடக்கில் உள்ளது. இதன் இடது பக்கத்தில் வரிசையாக ஸ்பின்ங்ஸ் உருவங்கள் கல்லில் செதுக்கப்பட்டு வரிசையாக அமைந்துள்ளன. எகிப்தின் கோயில்கள் அடிப்படையில் இந்துக் கோயில்களின் அமைப்பைக் கொண்டவை. முதலில் தெரியும் இராஜகோபுரம். அதைக் கடந்தால் உள்ளே அமைந்த பெரிய திறந்தவெளி மைதானம் தென்படும். அதனைக்கடந்தால் மூடிய இருளான உள் மண்டபம். இதைக் கடந்து சென்றால் உள்ளே கர்ப்பக்கிரகத்தில் விக்கிரகங்கள் இருக்கும். இந்துக் கோயிலின் அமைப்பைப் போன்றே எகிப்திய கோயில்கள் அமைந்துள்ளன.

இராட்சத பைலோன்கள் (Pylons) வாசலில் உள்ளன. இவற்றை கோபுரவாசலுக்கு ஒப்பிடலாம். இந்த பைலோன்களில் எகிப்திய அரசர்களின் மெய்க்கீர்த்திகள் மற்றும் கோயிலுக்கு அவர்கள் கொடுத்த நன்கொடைகள் பற்றிய விபரங்கள் செதுக்கப்பட்டுள்ளன.

லக்சர் கோயிலின் பைலோனில் மகா இராம்சி நடத்திய மிகவும் பிரசித்தி பெற்ற கடேஷ் யுத்தம் (Battle Of Kadesh) பற்றிய விபரங்கள் செதுக்கப்பட்டு இருந்தன. இந்த கடேஷ் யுத்தம் பண்டைக்காலத்தில் நடந்தது. அந்த வரலாறும் மிகவும் தெளிவாக வரலாற்றில் பதியப்பட்டிருக்கிறது. லக்சர் கோயிலின் பைலோனில் செதுக்கப்பட்டவை தற்போது காலத்தால் அழிந்து விட்டது. இந்த

பைலோனுக்கு முன்பாக கருங்கல்லில் 25 மீட்டர் உயரமான இராம்சியின் இராட்த உருவச் சிலைகள் உள்ளன.

உள்ளே இருப்பது விசாலமான திறந்த மைதானம். இதை ராம்சியின் மைதானம் என்கிறார்கள். இதைச் சுற்றி அழகான துண்கள் வரிசையாக நிற்கின்றன. இவையும் மகா இராம்சியால் அமைக்கப்பட்டன. இந்த மைதானத்தில் நின்றபடி பார்த்தால் கிழக்குப் புறத்தில் பிற்காலத்தில் கட்டப்பட்ட பள்ளிவாசலின் கூரைப்பகுதி மிக உயரமாகத் தெரிந்தது. இந்தப் பள்ளிவாசல் 13ஆம் நூற்றாண்டில் கட்டும் காலத்தில் இந்த லக்சர் கோயில் மண்ணால் மூடப்பட்டிருந்தது. 1881ஆம் ஆண்டு மீண்டும் அதனைக் கண்டுபிடித்தபோது எவ்வளவு ஆழமாக இந்தக்கோயில் புதையுண்டிருந்தது என்பதை இந்தப் பள்ளிவாசலின் உயரத்தை வைத்துப் புரிந்துகொள்ள முடியும்.

உள்ளே சென்று பார்த்தபோது, உள்மண்டபமும் அதனது தூண்களும் அந்தத் தூண்களின் மேலே பாரிய நீண்ட கல்லால் அமைந்த விட்டங்களும் தெரிந்தன. கூரையை தாங்குவதற்காக அவை அமைந்திருந்தன. சுமார் நூறு மனிதர்கள் ஒரே நேரத்தில் அவற்றில் ஏறி நிற்கமுடியும் என வழிகாட்டி சொன்னார். அதனைப் பார்த்த போது அவற்றை எப்படி இவ்வளவு உயரத்தில் வைத்திருப்பார்கள் என்ற வியப்பு ஏற்படுவது தவிர்க்க முடியாதது.

கோயிலின் உட்பகுதி ஆமன்ஹோரரப்3 காலத்தில் கட்டப்பட்டாலும் கட்டடத்தின் உட்பகுதி அலங்கரிக்கப்பட்டது அவரது பேரனான

துட்டன்காமன்(Tutankhamun) காலத்திலாகும். லக்சர் கோயிலில் பிரமாதமாக வருடாந்தர உற்சவம் ஒன்று நடைபெறும். அதை ஒபற்(Opet Festival) என்பார்கள்.

உற்சவகாலத்தில் கார்நாக் (Karnak temple) கோயிலில் இருந்து ஆமுன், முட், கொன்சு ஆகிய மூன்று தெய்வங்களும் லக்சர் கோயிலுக்கு ஊர்வலமாக எடுத்து வரப்பட்டு சிலநாட்கள் அங்கு தங்க வைக்கப்படுவார்கள். இந்த உற்சவகாலத்தில் எகிப்தின் பலபகுதிகளையும் சேர்ந்த மக்கள் கூடுவார்கள். இந்த உற்சவத்தை முன்னின்று நடத்துவது எகிப்தின் அரசர்களே. இந்த உற்சவத்தின் காட்சிகளே லக்சர் உள்மண்டபத்தில் துட்டன்காமனால் செதுக்கப்பட்டிருந்தது. 4AD நூற்றாண்டில் இந்த கோயிலின் சில பகுதிகள் கிறிஸ்தவ தேவாலயமாகவும் பயன்பட்டதால் உள்மண்டப சுவர்களில் பல பைபிளின் காட்சிகள் சித்திரங்களாக வரையப்பட்டிருந்ததையும் எம்மால் பார்க்க முடிந்தது.

புனிதமான கர்ப்பகிரகத்தில் ஆமுன், முட், கொன்சு ஆகிய தெய்வங்களின் கோயில் உள்ளது. பழையகாலத்தில் விக்கிரகங்கள் வெண்கலத்திலோ தங்கத்திலோ அமைந்திருக்கும்.

மத்திய வம்சத்து அரசர்களல் சில கட்டடங்கள் ஆரம்பத்தில கட்டப்பட்டாலும் அதன் ஆதாரங்கள் தற்பொழுது இல்லை. அதே போன்று பிற்காலத்தில் ரோமரால் கட்டப்பட்ட பகுதிகளும் பெரிதும் அழிந்துவிட்டன. லக்சர் கோயிலை விட்டு வெளியேறும்போது அந்தக்கால கட்டடக்கலையின் நுணுக்கத்தை வியக்காமல் இருக்க முடியவில்லை.

நாங்கள் கெய்ரோவில் இருந்து ஐநூறு கிலோமீட்டர் தொலைவில் உள்ள இந்த லக்சர் பிரதேசத்திற்கு வந்தபோது வரலாற்றில் ஆயிரம் வருடங்களை பின்னால் தள்ளிவிட்டோம் என்பதை உணர முடிந்தது. ஆயிரம் வருடங்கள் சாதாரணமானது அல்ல. சிலுவை யுத்தத்திற்கும் இரண்டாம் உலக யுத்தத்திற்கும் இடைப்பட்ட காலம். உலகத்தில் எவ்வளவு மாற்றங்கள் நடந்த காலம்.

இந்த ஆயிரம் வருடங்களில் எகிப்தில் பெரிதாக மாற்றம் நடந்ததா என்ற கேள்வியும் எழுகிறது. இந்தக் கேள்விக்கு இல்லையெனப் பதில் சொல்லிவிட்டுத்தான் மாற்றங்களைப் பற்றிய சிந்தனைக்குப் போகவேண்டும். எகிப்தின் அரசர், இராணுவம் மற்றும் மதம் ஆகிய முக்கிய விடயங்களில் மாற்றங்கள் நடைபெறவில்லை.

அதேவேளையில் எகிப்தில் சில விடயங்கள் நடந்தன. கற்களினால் பிரமிட்டுகளைக் கட்டிய பழைய அரசர்கள் காலத்திற்குப் பிறகு எகிப்து இருநூறு வருடங்கள் நலிவடைந்தது. பல அரச வம்சங்கள் சிலகாலங்கள் ஆண்டன. போட்டி அரசுகள் உருவாகின என நம்பினாலும் அதற்கான சான்றுகள் எதுவும் இல்லை.

மீண்டும் மத்திய வம்சத்து அரசர்கள் பதவிக்கு வந்தபோது பிரமிட்டுகள் கட்டப்பட்டாலும் அவை சிறியவைகளாகவும் செங்கட்டிகளால் கட்டப்பட்டவையாகவும் இருந்தன. அவை மெம்பிசின் பிரமிட்டுகள்போல் இல்லாமல் சிறியனவாக இருந்தமையால் அவற்றுள் பல அழிந்துவிட்டன. அத்துடன் பிரமிட் கட்டுவதும் நலிவடைந்தது.

மத்தியகால அரசர்கள் காலத்தின் பின்பு மீண்டும் ஒரு நலிவடைந்த காலம் எகிப்தில் உருவாகியது. இக்காலத்தில் ஹைக்சோஸ் (Hyksos) எனப்படும் வெளிநாட்டவர்கள் எகிப்தை ஆண்டார்கள் என்பதற்கான பாப்பிரசிலான குறிப்புகள் உள்ளன. இவர்கள் பாலஸ்தீனத்தில் இருந்து வந்திருக்கலாம் என நம்பப்படுகிறது. இவர்கள் குதிரைகள் இழுக்கும் இரதங்களில் வந்தபடியால் எகிப்தியரை வென்றார்கள். குதிரைகளுடன் ஒட்டகங்களும் அங்கு வந்தன.

எப்பொழுதும் குதிரைகளின் வருகை சரித்திரத்தில் பல மாற்றங்களை ஏற்படுத்துகிறது. இந்தியாவிற்கு ஆப்கானிஸ்தர், மொகலயார் வந்து இந்தியாவை வென்றதற்கும் இந்தக் குதிரைகளே

காரணம் என சரித்திர ஆசிரியர்கள் கூறுவார்கள். தற்காலத்து குண்டுவீசும் விமானங்களைப்போன்று வேகமாகச் செல்லும் இயல்பும் இலகுவாக திரும்பக்கூடியதாகவும் இருப்பதுமே இதற்குக் காரணம்.

குதிரைகள் பூட்டிய இரதங்களைக் கொண்டு வந்த ஹைக்சோசினர் வடக்குப் பகுதியை மட்டுமே ஆண்டார்கள். தென்பகுதியில் உள்ள ஆன்மீக தலைநகரம் தீப்ஸ் எகிப்தியர்கள் வசமிருந்தது.

வரலாற்று ஆசிரியர்களில் ஒரு பகுதியினர் இந்த ஹைக்சோசை, யூதர்கள் இருந்த யோசப் காலமாக கருதுகிறர்கள். மேற்கத்தியர்கள் 18 — 19ஆம் நூற்றாண்டில் எகிப்தை அகழ்வாராய்வு செய்யத் தொடங்கியதே பைபிளில் சொல்லப்பட்ட எகிப்து சார்ந்த விடயங்களுக்கு ஆதாரங்களைத் தேடித்தான். இங்கிலாந்தில் ஆரம்பத்தில் எகிப்திய ஆய்வினைத் தொடங்கியவர்கள் பைபிள் சொசைட்டியினர்தான்.

இது ஏன்? எனப் பார்ப்போம்.

பைபிளின் பல முக்கிய விடயங்களில் எகிப்து சம்பந்தப்பட்டிருக்கிறது.

1) யோசப்பின் கதை (ஆபிரகாமின் பேரன் ஜேக்கப் எனப்படும் இஸ்ரேலின் மகன்.)

2) மோசஸ் எகிப்தில் இருந்து யூதரை வெளியே கொண்டு சென்றது.

3) இஸ்ரேலிய அரசனுக்குப் பயந்து யோசப்பும் மேரியும் குழந்தை யேசுவுடன் எகிப்தில் வாழ்ந்ததாக கூறப்படுகிறது.

4) தோமஸ் மற்றும் பீட்டரால் எழுதப்பட்டதாக கருதப்படும் வேதாகமம் எகிப்திலே கண்டுபிடிக்கப்பட்டது. (Non-Canonical gospels)

5) கிறிஸ்துவுக்கு பின்னான 400 வருடங்கள் அலெக்சாண்டிரியா கிறிஸ்துவ சமயத்தின் முக்கிய இடமாகக் கருதப்பட்டது.

பைபிளின்(Genesis 37—50) பழைய ஏற்பாட்டில் சொல்லப்படும் யோசப்பின் வரலாறு மிகவும் சுவையானது. பல திருப்பங்களையும் எதிர்பார்ப்புகளையும் உள்ளடக்கிய நாவல் போன்றது.

ஆபிரகாமின் பேரனான ஜேகப்பின் மகன்கள் பன்னிருவரில்

ஒருவன் யோசப். இந்த யோசப் முதுமைக் காலத்தில் பிறந்ததால் ஜேக்கப் அவன்மீது அதிக பரிவுகாட்டினார். அதனால் பொறாமை கொண்ட மற்றைய சகோதரர்கள் எகிப்திய வியாபாரிகளுக்கு அடிமையாக யோசப்பை விற்கிறார்கள். யோசப் அடிமையாக வளர்ந்து எகிப்திய அரசனிடம் உத்தியோகம் பார்க்கும் போட்ரிபர்(Potiphar) என்பவனின் மாளிகையில் பொறுப்பான வேலை செய்யும்போது, போட்ரிபரின் மனைவியின் காதலை ஏற்க மறுத்ததால் அந்தப்பெண், யோசப் தன்னை பலாத்காரம் செய்ய வந்ததாக பொய்யான குற்றம் சுமத்தியதால் யோசப் எகிப்திய சிறையில் அடைக்கப்படுகிறான்.

எகிப்திய அரசன் தனது கனவில் ஏழு கொழுத்த பசுக்களையும் பின்பு ஏழு மெலிந்த பசுக்களையும் காணுவதோடு நன்றாக விளைந்த ஏழு சோளப் பொதிகளையும் சப்பட்டையான ஏழு பொதிகளையும் காணுகிறான். அவனது இந்த விசித்திரமான கனவிற்கு எகிப்திய மதகுருமாரினால் விளக்கம் சொல்லமுடியவில்லை.

சிறையில் தடுத்துவைக்கப்பட்டிருப்பவர்களின் கனவுகளுக்கு விளக்கம் சொல்லும் யோசப்பின் திறமைபற்றிய செய்தி ஒரு அரண்மனை உத்தியோகத்தவன் மூலம் அரசனை அடைகிறது. தனது விசித்திரமான கனவுக்கு எகிப்திய அரசன் யோசப்பிடம் விளக்கம் கேட்ட போது, அந்தக்கனவு எகிப்தில் ஏழுவருடம் நன்றாக விவசாயம் பெருகியும் அதன்பின்பு வரும் ஏழுவருடங்கள் பஞ்சம் ஏற்படும் என்பதை குறிப்பதாக யோசப் விளக்கியதால் அரசனின் நன்மதிப்பைப் பெறுகிறான். அவனுக்கு எகிப்தின் உணவு தானிய விநியோகத்திற்குப் பொறுப்பான எகிப்தின் பிரதம மந்திரி பதவி கொடுக்கப்படுகிறது. விவசாயம் நன்றாக இருந்த காலத்தில் உணவு தானியங்கள் விவசாயிகளிடம் இருந்து கொள்வனவு செய்யப்பட்டு களஞ்சியங்களில் சேகரிக்கப்படுகிறது.

ஏழு வருடங்கள் எகிப்தின் நைல் நதி பெருகி ஓடாதபடியால் பஞ்சம் வந்தபோது யோசப் சேகரித்த தானியத்தை மக்களுக்குக் கொடுத்து அதற்காக விவசாயிகளின் நிலத்தை வாங்கி அரசுடைமையாக்கியதாக சொல்லப்படுகிறது. அந்த நிலத்தில் பிற்காலத்தில் விவசாயம் செய்பவர்கள் ஐந்தில் ஒரு பகுதியை அரசனுக்கு திறையாகக் கொடுக்கும் முறையை எகிப்தில் நடைமுறைப்படுத்தியது யோசப்தான் என பைபிள் கூறுகிறது. அத்துடன் குதிரை இரதத்தில் யோசப் செல்வதாகவும் சொல்லப்படுகிறது.

பைபிளில் பல தடவை எகிப்திய அரசரைப் பற்றி சொன்னாலும் எந்த இடத்திலும் மன்னனின் பெயர் குறிப்பிடப்படவில்லை. யோசப் காலத்தில் யோசப்பின் மறறைய சகோதரர்கள் எகிப்திற்கு வந்து மிக வசதியாக வாழ்வதாகவும், இதைப்போல் யோசப்பின் தந்தையான ஜேக்கப் இறந்தபோது எகிப்தியர்கள்போல் மம்மியாக்கப்பட்டு இஸ்ரேலுக்கு எடுத்து செல்லப்பட்டதாகவும் சொல்லப்படுகிறது.

பைபிளில் சொல்லப்பட்ட யோசப்பின் கதைக்கான புதைபொருள் சான்றோ, அல்லது பாப்பிரஸ் வரைவுகளோ இல்லை. ஆனால் ஏழு வருடகால பஞ்சத்திற்கான குறிப்புகள், எகிப்திய பெயர்கள் என்பனவும் ஜேக்கப் 35 நாட்கள் மம்மியாக பதப்படுத்தப்பட்டது, 70 நாட்கள் துக்கம் அனுசரித்தவை முதலான குறிப்புகள் எகிப்திய வரலாற்றுக் குறிப்புகளை ஒத்துள்ளன என்பது வரலாற்று ஆசிரியர்களின் கருத்தாகும்.

இந்த ஹைக்சோஸ் என்ற வெளிநாட்டவர்கள் இறுதியில் தீப்ஸ்சை ஆண்டவர்களால் போரில் வெளியேற்றப்படுகிறார்கள். இவர்களில் காமோஸ் என்ற முக்கியமானவர் இறந்த பின்பு, ஆமோஸ் (Ahmose) (1517—1546 BC) என்ற சகோதரனது கீர்த்தி வாய்ந்த 18 ஆவது அரச பரம்பரையுடன் புதிய அரசர்பரம்பரை உருவாகத் தொடங்குகிறது. இந்தப் பரம்பரையில் வந்த ஆமன்ஹோரரப்3, முப்பது வருடம் ஆண்டபோது இந்த லக்சர் கோயில் கட்டப்பட்டது.

ஆமன்ஹோரரப்3 மற்ற அரசர்கள் போன்று போர்களில் நாட்டம் காண்பிக்காமல் இந்த லக்சர் கோயிலைக் கட்டியதுடன், அதிக காலம் தலைநகரான மெம்பிஸ் செல்லாமல் தீப்ஸ் நகரத்தில் வசித்ததாகவும் வரலாறு கூறுகிறது. பாபிலோன், சிரியா போன்ற அயல்நாடுகளின் இளவரசிகளை திருமணம் செய்துகொண்டு வர்த்தக ஒப்பந்தங்கள் செய்ததால் போர் தவிர்க்கப்பட்டதாகவும் அக்காலப்பகுதியில் எகிப்தில் வர்த்தகம் பெருகி நாடு செழிப்பாக இருந்ததாகவும் அறியப்படுகிறது.

மண்மூடி மறைத்த புனிதத்தலம்

ஒவ்வொரு மதக் குழுவினருக்கும் தேவையானது தெய்வங்கள். அந்தத் தெய்வங்களின் மேல் ஏற்படுத்தப்பட்டுள்ள நம்பிக்கைகளை உறுதியாக்குவதற்கு அவற்றைச் சுற்றி கர்ணபரம்பரையான கதைகள் பின்னப்படுகின்றன. இதற்கப்பால் பாமர மனிதர்களுக்கு அரூபமான(Abstract) சிந்தனை புரியாது என்பதால் மிகப் புனிதமானது என கருதப்படும் ஒரு வழிபாட்டுத்தலம் தேவையாகிறது. ஆற்றுப்படுகைகளில் மனித புறக்கலாசாரம் பிறந்து வளர்வது போல் அகம் சம்பந்தப்பட்ட விடயங்கள் நிலைபெறுவதற்கு இப்படியான விடயங்கள் தேவையாகிறது. முக்கியமாக மரணம் என்பது ஒவ்வொரு மனிதர்களுக்கும் சமாதான ஒப்பந்தம் செய்துகொள்ள முடியாத எதிரியாக இருக்கும்போது, மருத்துவம் விருத்தியடையாத ஆதிகாலத்தில் உயிர்ப்பாதுகாப்பு காப்புறுதி மதங்களின் பெயராலேயே பெறமுடியும் என்ற கருத்தியல் நிலவியது.

இந்துக்களுக்கு காசி, கத்தோலிக்கருக்கு வத்திக்கான், யூதர்க்கு ஜெருசலேம், இஸ்லாமியருக்கு மக்கா என்று புனித வழிபாட்டுத்தலங்கள் இருப்பதுபோல், எகிப்தியர்களுக்கு புனிதமானது கர்நாக் கோயில். அப்படி புனிதமான எல்லாவற்றிற்கும் முப்பாட்டன் போன்ற இடத்தில் நாம் நின்றோம்.

ஒரு விதத்தில் சிறுவன் ஒருவன் சில்லறைக் காசுடன் பட்சணக்கடைக்குள் நின்று எதை வாங்குவது என திணறுவதுபோல் நானும் எதைப் பார்ப்பது என்று யோசித்தேன். உண்மையில் என்னைப் போன்ற சாமானியர்களால் கர்நாக் கோயிலைப் பார்த்து முற்றாகப் புரிந்து கொள்ளுவது இயலாத காரியம்தான். கிட்டத்தட்ட ஒரு சதுர கிலோ மீட்டரில் பரந்து இருக்கும் இந்தக் கோயில் ஆயிரத்து ஐநூறு வருடங்களாக மத்திய காலத்து மன்னர்கள் தொடக்கம் கிரேக்க வம்சத்தில் வந்த தொலமி மன்னர்கள் வரை தொடர்ச்சியாக கட்டப்பட்டது. பல கோயில்கள் ஒன்றோடு ஒன்றாக அமைக்கப்பட்டது மட்டுமல்லாமல், சில பகுதிகள் அழிக்கப்பட்டு மீண்டும் உருமாற்றமான புதிய கட்டடங்களையும் கொண்டுள்ளது. அதன் பின்பு ஆயிரம் வருடங்களுக்கு மேல் அவற்றை மண் மூடியிருந்தது. அகழ்வு செய்து வெளியே எடுத்து தற்பொழுது மீண்டும் பல மீள் உருவாக்கம் நடந்து கொண்டிருக்கிறது. முழுவதையும் ஒருநாளில் நடந்து பார்க்க முடியாதவாறு உல்லாசப் பிரயாணிகளுக்கு தடை செய்யப் பட்டிருந்தது. யானையைப் பார்த்த குருடர்கள்போல் சில பகுதிகளை மட்டுமே பார்க்க முடிந்தது.

வரலாற்றுக் காலத்தில் கார்நாக் கோயிலின் தலைமை மதகுருமார் பெரிய மடாதிபதியாகிறார்கள். மடாதிபதிகளில் சிலர் எகிப்தின் தென்பகுதியில் தங்களை அரசர்களாக பிரகடனப்படுத்தி அரசாண்டிருக்கிறார்கள். பல அரசர்கள் தங்களது பிள்ளைகளை, சகோதரர்களை இந்தக் கோயிலில் மடாதிபதியாக்கி இருக்கிறார்கள். நூபியாவில் இருந்து வந்த அரசனான பை (Piye) தனது சகோதரியை கோயிலுக்கு பொறுப்பாக்கி இருந்தான். இந்தப் பதவியானது கடவுளுக்கு சேவை செய்வதோடு கோயில் சொத்துக்கள், நிலங்கள் அதில் இருந்து வரும் விளைபொருளுக்கு பொறுப்பாளர்களாக்கியது. விவசாயப் பொருட்களை பண்டமாற்று செய்த சமூகத்தில் இந்தப் பதவி மூலம் செல்வம் மட்டுமல்ல அதிகாரமும் செல்வாக்கும் உருவாகிறது.

இவ்வாறு மதகுருமாரால் உருவாக்கப்பட்ட வம்சம் (அரசவம்சம்21) எகிப்திய வரலாற்றில் கிட்டத்தட்ட 65 வருடங்கள் (1080—945 BC) தீப்ஸ்சை தலைநகராகக் கொண்டு ஆண்டுவந்துள்ளது. இவர்கள் காலத்தில் எகிப்து நலிவடைந்தமையால் அங்கிருந்த மன்னர்களின் சமாதிகளுக்கும் பாதுகாப்பு குறைந்தது. இதனால் தீப்ஸ் பிரதேசத்தில் மம்மிகள் இருந்த சமாதிகள் பெருமளவு கொள்ளையடிக்கப்பட்டதால் பல சமாதிகளில் இருந்து மம்மிகள் அகற்றப்பட்டு அவைகள் அனைத்தும் ஒரு பெரிய சமாதியில் சேர்க்கப்பட்டன.

இந்தக்காலத்தில் வட எகிப்தில் டனிஸ்(Tanis) என்னும் நகரத்தில் இருந்தும் வேறுசிலர் ஆட்சி செய்தார்கள். இவர்களில் சியாமம் (Siamum 978—959BC) தனது மகளை பாலஸ்தீனத்தை ஆண்ட டேவிட்டின் மகனாகிய சொலமனுக்கு மணம் செய்து வைத்ததாக பைபிள் கூறுகிறது. இதன்மூலம் எகிப்திய பெண்கள் முதல் தடவையாக வெளிநாட்டில் திருமணம்செய்த தகவலை தெரிந்துகொள்ள முடிகிறது.

எகிப்தில் பெண்வழி முறையான அரசவம்சமே பலகாலமாக இருந்தது. அதாவது எகிப்திய இராஜவம்சத்தில் வந்த பெண்ணைத் திருமணம் செய்வதன் மூலம் அரசராகும் வழக்கம் தோன்றுகிறது. மிகப் பிரபலமான அரசனான துட்டன்காமன் தனது சகோதரியை (ஒரே தந்தை இரண்டு தாய்) மணம் முடித்தது வரலாறு. இப்படியாக நடைமுறை இருந்ததால் எகிப்திய இராஜவம்சப் பெண்கள் வெளிநாட்டில் மணம் முடிப்பதில்லை. இதனால்தான்

சொலமன் திருமணம் செய்தது மிகவும் புதுமையானது என்று வரலாற்று ஆசிரியர்களால் கருதப்படுகிறது. அதேவேளையில் இக்காலம் எகிப்து இரண்டாகப் பிரிந்து இரண்டு அரசர்களால் ஆளப்பட்டது.

எகிப்திய மதகுருமார் தங்களது கடமையை தொழிலாக செய்கிறார்கள். தகப்பன் இறந்த பின்பு அந்தப் பதவி மகனுக்கு கிடைக்கிறது. இவர்கள் தனிப்பட்ட முறையில் நல்லவர்களாகவோ, இறைநம்பிக்கை உடையவர்களாக இருக்கத் தேவையில்லை. மேலும் இவர்களைப் பொறுத்தவரை எகிப்தில் இவர்களே கல்வியறிவு பெற்றவர்கள். இதனால் மந்திரம், மாயஜாலம் மற்றும் மருத்துவத்தை இவர்களே படித்து அறிந்தவர்களாக இருந்தார்கள். இதனால் வேற்று நாட்டவர்கள் எகிப்தை ஆண்டகாலத்திலும் இவர்கள் முக்கியத்துவம் பேணப்பட்டது. எகிப்தை கிரேக்கர்கள் ஆண்ட பிற்காலத்திலும் இவர்களே படித்தவர்களாக இருந்ததால் அரச உத்தியோகத்தில் பெரும்பகுதியை இவர்களே வகிக்க வேண்டி இருந்தது. இதனாலே அலெக்சாண்டர், தொலமி போன்றவர்கள் தொடர்ச்சியாக கோயில்களைக் கட்டியும் கோயில்களுக்கு பொருட்களைக் கொடுத்தும் ஏற்கனவே இருந்தவற்றை பராமரித்தும் வந்தார்கள்.

எகிப்தியரின் முக்கிய மூன்று தெய்வங்களான ஆமுன், முட், கொன்சு ஆகியவற்றுக்கான கோயில்கள் இங்கேயுள்ளன. ஆமூன்—ரேயின் கோயிலுக்குள் மட்டுமே எம்மால் செல்ல முடிந்தது. ஏனையவை உல்லாசப்பிரயாணிகளுக்கு மூடப்பட்டிருந்தன.

நாங்கள் உள்ளே சென்ற பாதையின் இருபுறமும் ஆமூன் தெய்வத்தை பிரதிபலிக்கும் இரண்டு கொம்புகள் கொண்ட ஆட்டுக்கடா முகத்துடன் ஸ்பின்ஸ்கள் வரிசையாக வாசலில் இருந்தன. இந்த ஸ்பின்ஸ்கள் அக்காலத்தில் மூன்று மைல் தூரத்தில் உள்ள லக்சர் கோயில் வரையும் தொடர்ச்சியாக அமைக்கப்பட்டு இருந்ததாக சொல்லப்படுகிறது. அதைத் தொடர்ந்து பைலோன் எனப்படும இராட்சத நுழைவாயில் உள்ளது. ஸ்பின்ஸ்கள் மற்றும் நுழைவாயிலை அமைத்தவர்கள் 24—25 ஆவது இராஜ வம்சத்தைச் சேர்ந்தவர்கள். எகிப்திய வரலாற்றில் இவர்களை கறுத்த அரசர்கள் (Black Pharaohs) எனச் சொல்வதுண்டு. இவர்கள் தற்போது சூடான் அமைந்துள்ள பகுதியில் இருந்து வந்தவர்கள். இவர்களை நூபியர்கள் என எகிப்தியர் கூறுவார்கள்.

அஸ்வான் அணைக்கு தெற்கான பிரதேசம் அக்காலத்து நூபியா எனப்படும் என்றும் சில குறிப்புகளில் எத்தியோப்பிரென கூறுவதும் உண்டு. பைபிளில் இந்த பிரதேசம் குஸ்(KUSH) எனவும் குறிப்பிடப்பட்டுள்ளது.

நூபிய வம்சத்தில் வந்த டகரக் (taharaqa 690—664BC) எகிப்தை ஆண்டபோது இஸ்ரேலியர்களுக்கு ஆதரவாக யுதேயாவில் அசிரியர்களுடன் (Assyrians)போரிட்டபோது எகிப்திய படைகள் தோற்கும் தருணத்தில் இருந்தன. அப்பொழுது இரவில் கடவுளின் தூதர்கள் வந்து அசிரியர்களை கொன்று குவித்ததாக பைபிள் கூறுகிறது. அதேவேளையில் கிரேக்க வரலாற்றாசிரியர் ஹெரோடோடரஸ் பாலைவனத்து எலிகள் இரவில் வந்து வில்லினது தோல் நாணையும் தோலால் அமைந்த போர்க்கவசத்தையும் கடித்து நாசமாக்கியதால் அசிரியர்கள் டகரக்கின் படைகளிடம் தோற்றதாகக் கூறுகிறார். இரண்டு வருடங்களின் பின்பு அசிரியர் எகிப்தில் வந்து நூபியர்களை தோற்கடித்து தீப்பஸ்சை கொள்ளையடித்து நாசமாக்கியதோடு பெரும்பாலான அரசவம்சத்தினரை கொலை செய்தனர்.

நூபியர்களுக்கு முன்பாக லிபியாவைச் சேர்ந்தவர்கள் எகிப்தை கிட்டத்தட்ட இருநூறு வருடங்கள் ஆண்டார்கள். இவர்கள் 22 ஆம் இராஜவம்சத்தைச் சேர்ந்தவர்கள். அவர்கள் கட்டிய பெரிய

மண்டபம் அழிந்து போனாலும் எஞ்சியிருந்த மிகப்பெரிய தூண் இன்னமும் கார்னக் கோயிலில் நிற்கிறது. இவர்கள் லிபிய வம்சத்தில் வந்தாலும் எகிப்தில் பல தலைமுறையாக வசித்தவர்கள். இவர்களில் பலர் இராணுவத்தில் இருந்தனர். இப்படிப்பட்டவர்களில் வந்த ஷெஷொங்(Sheshong) எகிப்தை ஒன்றாக்கி அரசாண்டபோது யுதேயா, சிரியா போன்ற அரசுகளின் மேல் படை எடுத்தான்.

யூத குல அரசர்களில் டேவிட், சொலமன் இருவரும் முக்கியமானவர்கள் என்பது பைபிளை வாசித்தவர்களுக்குத் தெரியும். இவர்கள் ஜேக்கப்பின் பிள்ளைகள் வழிவந்த பன்னிரண்டு வம்சங்களை உள்ளடக்கிய பிரதேசத்தை ஆண்டார்கள். சொலமனின் (முஸ்லீம்கள் சுலைமான் என்பார்கள்) காலத்தில் ஜெருசலேமில் மிகப்பெரிய கோவில் கட்டப்பட்டது. இந்த கோவில் ஒன்றே யூதர்களது தனிப்பெரும் கோயிலாக கருதப்பட்டது. இதுதான் யாவேயின்(Yahweh) ஒரே இல்லமாகக் கருதப்படும்.

ஆரம்பத்தில் யாவேவை மட்டும் வழிபட்ட சொலமன் பல தேசங்களின் இளவரசிகளை மணந்ததால் பிற்காலத்தில் பல்தெய்வ வணக்கத்திற்கு துணை போனதாக பைபிளில் சொல்லப்படுகிறது. இதனால் யாவே, சொலமன் காலத்தின்பின்பு யூத அரசை இரண்டாகப் பிரிக்கவைத்ததாகவும் சொல்லப்படுகிறது. ஆனால் பன்னிரண்டு வம்சத்தினரின் சண்டையே பிரிவுக்கு காரணம் என்பது வரலாற்று ஆசிரியர்களின் முடிவு.

சொலமன் மன்னன் இறந்ததும் சொலமனின் மகனாகிய ரிஹோபோமுக்கு (Rehoboam) எதிராக ஜெருபம் (jeroboam) என்பவனின் தலைமையில் கலகம் நடந்து பாலஸ்தினம் இரண்டாகப் பிரிக்கப்படுகிறது. தென்பகுதி யுதேயா எனவும் வடபகுதி இஸ்ரேல் எனவும் பிரிக்கப்பட்டு ஜெருபம் இஸ்ரேலை ஆண்டதாகவும் சொலமனின் மகன் ரிஹோபோம் யுதேயாவை ஆண்டதாகவும் பைபிளில் சொல்லப்படுகிறது.

ஜெருபம் எகிப்தில் ஷெஷொங்கின் மாளிகையில் வளர்ந்து பிற்காலத்தில் வடபகுதியான இஸ்ரேலை ஆண்டதாகவும் மேலும் ஜெருபத்திற்கு ஆதரவாகத்தான் ஷெஷொங்கின் படையெடுப்பு நடந்ததாகவும் கூறப்படுகிறது.

ஷெஷொங் படை யுதேயா அரசின்மீது படை எடுத்தபோது ஜெருசலேம் கோயிலில் உள்ள விலை உயர்ந்த பொருட்களுடன் அரசமாளிகையில் உள்ளவற்றையும் எடுத்துக்கொண்டு சென்றதாக

சொல்லப்படுகிறது. இதைப் பற்றிய பைபிளின் குறிப்பில், யுதேயா அரசனாக இருந்த ரிஹோபோம் ஷெஷொங்கின் ஆக்கிரமிப்பில் இருந்து தப்ப ஏராளமான செல்வத்தைக் கொடுத்து யுதேயா அரசைக் காப்பாற்றியதாக சொல்லப்படுகிறது. இதைவிட முக்கியமான விடயம் ஷெஷொங் பல விலை உயர்ந்த பொருட்களை எடுத்துச் சென்ற போது மோஸசின் பத்துக்கட்டளைகள் அடங்கிய பெட்டியை விட்டுச்சென்றதாக சொல்லப்படுகிறது. ஆனால் கர்நாக் கோயிலில் ஷெஷொங்கின் படையெடுப்பின் விவரங்களைக் குறிப்பிட்டு 150 நகரங்கள் கைப்பற்றப்பட்டதாகவும் மேலும் யுதேய அரசனும் அதில் கைப்பற்றப்பட்டதாக குறிப்பு உள்ளது.

இரண்டாவது நுழைவாயிலில் இராட்சத தூண்கள் கொண்ட பகுதியில் ஹைப்போஸ்டைல் ஹால்(hypostyle hall) உள்ளது. இது மகா இராம்சியாலும் அவரது தந்தை சேத்தி2 வாலும் கட்டப்பட்டது

மிக உயரமான மகா இராம்சியின் சிலை கர்நாக் கோயிலில் அமைந்துள்ளது அந்த சிலையில் இராம்சியின் மகள் காலுக்குக் கீழ் சிலையாக நிற்பது மிகவும் வித்தியாசமானது. எகிப்திய வரலாற்றில் பல இராம்சிகள் இருந்தாலும் மகா இராம்சி என்றால் இராம்சி2 வைக் குறிக்கும்.

இராம்சியைப் பற்றிய குறிப்பை இந்தத்தொடரின் பிற்பகுதியில் சொல்வேன். ஆனாலும் இந்த சிலையில் மகளும் இருப்பது புதிய அனுபவமாக இருந்தது. எவ்வளவு பெரிய மன்னராக இருந்தாலும் குழந்தைப்பாசம் அதிலும் தந்தை மகள் பாசம் என்பது எவ்வளவு ஆழமானது என்பதைக் குறியீடாக அந்த சிலை சுட்டிக்காட்டுகிறது என நினைத்தேன்.

கார்நாக் கோயிலின் உள்ளே எகிப்தை ஆண்ட முக்கியமான பெண் ஹட்சிபுட் அரசியால் (1473 —1458 BC) எழுப்பப்பட்ட ஒப்லிஸ்க் 97 அடி உயரத்திலும் அதற்கு சிறிது தூரத்தில் அவரது தந்தை ரற்மோசிஸ்1 எழுப்பிய 75 அடி உயரமான சிறிய ஒப்லிஸ்க்கும் உள்ளது.

‘இந்த ஒப்லிஸ்க் சின்னம் ஆண்டவன் ஆமுனுக்காக கொடுக்கப்பட்டது. மேலும் இதன் கூர் முனைகள் எலக்ட்ரமால் (Electrum— தங்கமும் வெள்ளியும் கலந்த கலவை) எப்பொழுதும் பிரகாசிக்கும் என்பதை இதைப் பார்ப்பவர்கள் அறியவேண்டும் என பண்டைய எகிப்திய மொழியில் எழுதப்பட்டதாக அறிந்தேன். ஒப்லிஸ்க் சின்னத்தின் ஒரு பாகம் உடைந்து அதன் அருகே

நிலத்தில் துண்டாகக் கிடந்தது.

நமது கர்ப்பகிரகம் போன்ற இருளடைந்த அறையிலே ஆமுன்—இராவின் பீடம் மட்டும் பார்க்க முடிந்தது.

கார்நாக் கோயிலில் தெய்வங்கள், மதகுருமார் தீர்த்தமாடுவதற்காக தடாகமும் இருந்தது. அதைச் சுற்றி பலர் அமர்வதற்கு ஆசனங்கள் அமைக்கப்பட்டிருந்தன. நாம் சென்ற இரவு நேரத்தில் வண்ண விளக்குகளுடன் கார்நாக் கோயிலைப் பற்றிய ஒலி ஒளி விளக்கம் நடந்தது. அதனால் பல விடயங்களை புரிந்து கொள்ள முடிந்தது

ரோம இராச்சியம் கிறிஸ்தவத்தை அரசமதமாக ஏற்றுக்கொண்ட பின்பு கான்ஸ்டான்டிஸ் (constantius2) காலத்தில் மற்ற மதங்களின் வழிபாட்டுத்தலங்களை மூடிவிட உத்தரவிட்ட காரணத்தால், எகிப்தின் பல கோயில்கள் கைவிடப்பட்டன. இவ்வாறு பராமுகமாக்கப்பட்ட இக்கோயில்கள் மீது மண் படிந்து மறைந்தன.

இந்தக் கோயிலை பார்த்த பின்னர், மதகுருமார்களும் அவர்களது வாழ்க்கைமுறையும் நமது பிராமணர்களை ஒத்து இருப்பதையும் இந்தக் கோயில் அமைப்பு அடிப்படையில் இந்துக்கோயில்களை போன்றதுதான் என்று நினைக்காமல் இருக்கமுடியவில்லை.

வரலாற்றுத் தடயங்கள் நீக்கப்பட்ட காலம்

மனித இனம் வேட்டையாடுதலில் இருந்து விவசாய சமூகமாக மாறிய காலத்தில் மதுவின் பங்கு தற்காலத்தைவிட மிக முக்கியமானது. இக்காலத்தில் போதைப்பொருளாக மட்டுமே மது அருந்தப்பட்டது. வரலாற்றின் ஆரம்ப காலத்தில் வலிநிவாரணியாகவும் தூக்கமாத்திரை என்ற மருத்துவப் பதார்த்தமாகவும் அருந்தப்பட்டது. அக்கால மனிதர்கள் சராசரியாக முப்பது அல்லது முப்பத்தைந்து வருடங்கள் மட்டுமே வாழ்வதால் மதுவின் பக்கவிளைவுகள் முக்கியமற்றுப் போனது. கல்லீரல் பாதிப்பதற்கு முன்பாக வேட்டை விலங்குகளாலோ, எதிரிகளாலோ அல்லது வேறுகாரணங்களால் மனிதன் இறந்துவிடும் நிலைமை இருந்தது.

துபாயில் இருந்து எகிப்து செல்லும்போது நண்பன் கொண்டு வந்த இரண்டு சிவாஸ் ரீகல் மதுப்போத்தல்கள் கைப்பொதியாக கெய்ரோ விமான நிலையத்தில் மாட்டிக்கொண்டபோது ஐம்பது எகிப்திய பவுண்ட்ஸ் நோட்டின் உதவியால் மீண்டும் எம்மிடம் வந்து சேர்ந்தது எனக் குறிப்பிட்டேன் அல்லவா? ஒருநாள் இரவு அவற்றின் பாவனைக்கு நேரம் வந்துவிட்டது.

உழைத்துக் களைத்த மனிதர்களை காலம்காலமாக மது ஒன்றுகூட வைத்தது இல்லையா? பண்டைய காலத்தில் எகிப்தில் அபரிமிதமாக சோளம் விளைந்ததால் அந்தத் தானியத்தில் பேக்கரிகளில் ரொட்டி (பாண்) செய்யப்படும். தானியமும், ஈஸ்ட்டும் அத்துடன் நைல் நதியின் நீருமே, பியரின் மூலப்பொருட்கள் என்பதால் பேக்கரிகளின் அருகாமையிலே பியர் தயாரிக்கும் தொழிற்சாலையும் இருக்கும்.

அபின் கண்டுபிடிக்கப்படும்வரை மதுவே மனித குலத்தின் வலி மருந்தாக இருந்தது. எகிப்தில் பாலைவன மணல் கலந்த ரொட்டியை உண்ணும்போது பல்லின் எனாமல் உடைந்து விடுவதனால் எல்லோருக்கும் பல்வலி வரும். பல்லில் எனாமல் என்ற பாதுகாப்பு அகன்றபின்பு மிகவும் விரைவில் பல்லை கிருமிகள் தாக்கிவிடுகின்றன. இதற்கான சாட்சியமாக இப்பொழுதும் எகிப்திய அரசர்களின் மம்மிகள் யாவும் சொத்தைப்பற்களைக் கொண்டிருப்பதைக் காணலாம்.

லக்சர், மற்றும் கர்நாக் கோயில்களைப் பார்த்துவிட்டு இரவு எமது படகுக்குச் சென்றபோது எட்டு மணியாகிவிட்டது. அன்றிரவு லக்சர் படகுத்துறையில் தங்கியிருப்பது என முடிவாக இருந்தது.

பத்து அறைகள், உணவுக்கூடம் மற்றும் வசதியாக இளைப்பாறுவதற்கு ஏற்ற மேல்தளம் என்பவற்றைக் கொண்டது அந்தப் படகு. நாங்கள் உணவுக்கூடத்திற்கு சென்றபோது அங்கு ஏற்கனவே நாங்கள் சந்தித்த, பிரான்சில் இருந்து குழந்தைகளுடன் வந்த இரு குடும்பங்கள், மற்றும் லக்சர் கோயிலுக்கு எங்களுடன் வந்த அமெரிக்கத் தம்பதிகளும் அங்கு உணவுக்காக காத்திருந்தார்கள். அந்தப் படகில் ஐந்து நாட்கள் ஒன்றாகப் பயணம் செய்ய இருப்பவர்கள் தனித்தனியாக மூன்று குழுவாக உணவுக்கு காத்திருந்தபோது பரஸ்பரமான புன்னகை, ஹலோ என்ற வார்த்தை மட்டுமே பொதுவானதாக இருந்தது.

மொழி, இனம், நிறம் என்ற வேறுபாடுகள் கொண்ட சிறிய

மனிதக் குழுவை பரஸ்பரம் ஒன்றிணைத்து எஞ்சியிருந்த ஐந்து நாட்களை உல்லாசமாகக் கழிக்கவேண்டும் என்ற எண்ணத்துடன் நானும் நண்பன் ரவீந்திரராஜாவும் சமையல் அறைக்குள் சென்று தலைமை சமையலாளரிடம் எம்மை அறிமுகப்படுத்தியபின் அவரது பெயரைத் தெரிந்து கொண்டோம்.

இரவீந்திரராஜாவின் மனைவி நிருஜாவுக்கு வெஜிடேரியன் உணவு வேண்டும் எனக் கூறிவிட்டு மறுநாள் எமக்கு நைல்பேச் மீன் கிடைக்குமா என விசாரித்தபோது ‘அது எமது அட்டவணையில் இல்லை’ என்றார் தலைமைச் சமையலர் ஹசன். அவரிடம் ஐம்பது எகிப்திய பவுண்ட்ஸ்களை கொடுத்து ‘வெளியே இருந்து வாங்கியாவது சமைக்கவேண்டும்’ என அன்பாகக் கேட்டோம். சிரித்தபடி பணத்தை வாங்கிக்கொண்டார்;

நைல் நதி, படகுக்கு வெளியே சலனமின்றி அமைதியாக ஓடிக்கொண்டு இருந்தது. லக்சர் நகரமும் எங்களைப்போல் களைத்துவிட்டது. அதிக வாகன ஓசையில்லை. ஆங்காங்கு கட்டடங்களின் மெதுவான ஒளி தெரிந்தது. அதேபோல் உணவுக் கூடத்தில் இறுக்கமான அமைதி நிலவியது. பிரான்சு நாட்டவர்களும் அவர்களின் குழந்தைகளும் பிரான்சிய மொழியில் மெதுவாக உரையாடியபடி உணவுக்கு காத்திருந்தார்கள். அமெரிக்கத் தம்பதிகள் மத்திய வயதானவர்கள், அவர்கள் ஏற்கனவே வாழ்க்கையில் உரையாடி களைத்ததுபோல் மவுனமாக இருந்தனர். நாங்கள் எமது அறைக்குச் சென்று ஏற்கனவே கொண்டுவந்த சிவாஸ் ரீகலை எமது மேசையில் வைத்துவிட்டு பிரான்சிய குடும்பத்தை அழைத்தோம்.

பாரிசில் வாழும் வழக்கறிஞர் லூயிஸ், அவரது மனைவி ரீனாவையும் நண்பர்களையும் அறிமுகப்படுத்தினார். பிரான்சில் இருந்தாலும் ரீனா மொரோக்கோவில் பிறந்து பாரிசில் வளர்ந்தவர். அவர்களுக்கு இரண்டு சிறு பையன்கள். ஐந்து மற்றும் எட்டு வயதான அவர்களிடம் இருந்து எனது கமராவை பாதுகாப்பது சிரமமாக இருந்தது. எங்களுடன் அமெரிக்க தம்பதிகள் வால்டரும் மனைவி திரேசாவும் சேர்ந்து கொண்டார்கள். நாங்கள் ஒரு குளோபல் குடும்பமானோம். அதற்காகவும் சிவாஸ் ரீகலுக்கு நன்றி சொல்லவேண்டும்.

பேசியபடி உணவு அருந்தி முடிப்பதற்கு மூன்று மணி நேரமாகியது. நடு இரவு படுக்கைக்கு சென்றபின் எமது படுக்கை அறையின்

ஜன்னலைத் திறந்து பார்த்தபோது கர்நாக் கோயில் தெரிந்தது.

பகலில் உடைந்த கட்டடங்களை மட்டும் பார்த்த எனக்கு, இரவில் எகிப்திய சரித்திரத்தில் இருந்து அழிக்கப்பட்ட ஒரு அரசனின் காலத்தையும், அவனது உடைக்கப்பட்ட கட்டடங்களையும் பற்றிய நினைவுகள் மத்தியதரைக்கடலை நோக்கியபடி, வெளியே ஓடும் நைல் நதிபோல் வரலாற்று நினைவுகளால் குமிழியிட்டபடி வந்தன.

நமக்குத் தெரிந்த காலத்தில் பல நாடுகளின் வரலாற்றின் ஏடுகளில் இருந்து பல பக்கங்கள் நீக்கப்படுவதும் மறைக்கப்படுவதும் நடந்திருக்கிறது. சோவியத் அதிபர் குருஷேவினது காலத்தில் ஸ்டாலினது வரலாற்றுத் தடயங்கள் நீக்கப்பட்டதாகப் படித்தோம். அதேபோன்ற சம்பவங்கள் எகிப்தின் வரலாற்றிலும் நடந்திருக்கிறது.

எகிப்தின் வரலாறு மிகவும் காத்திரமாக கோயில்களிலும், சமாதிகளிலும் பொறிக்கபட்டிருப்பதால் அவற்றை அழிப்பது இலகுவானது அல்ல. ஆனால் அழிக்கப்பட்டிருக்கிறது.

அவற்றை எப்படி அழிப்பது?

கட்டிய கோயில்களை இடிப்பதும் எழுதியதை உளியால் செதுக்கி அதன்மேல் தமது பெயரை எழுதுவதும் எகிப்திய சரித்திரத்தில் நடந்திருக்கிறது. எகிப்திய சரித்திரத்தில் முக்கியமான பெண்ணரசியையும் ஆக்நாட்டன் எனப்படும் அரசரையும் அவர்கள் சார்ந்த தடயங்களையும் அழித்திருப்பதாக வரலாற்று ஆசிரியர்கள் சொல்கிறார்கள். இதுவரையிலும் நான் பார்த்த கட்டடங்களைப் பின்தொடர்ந்து அதை கட்டியவர்களின் வரலாற்றை எழுதியிருந்தேன். இப்பொழுது அழிக்கப்பட்டு இல்லாமல், அரூபமாகியிருக்கும் ஒரு கோயில் சார்ந்த வரலாற்றை சொல்ல விரும்புகிறேன்.

உலக வரலாற்றில் மிகவும் முக்கியமானது மட்டுமல்ல, பிற்காலத்தில் தோன்றிய யூத, கிறிஸ்துவ, இஸ்லாமிய மதங்களின் தெய்வ கோட்பாட்டின் அடித்தளம் இங்கிருந்துதான் உருவாகியது. மதங்கள், கோட்பாடுகள், மார்க்கங்கள் எல்லாம் புதிதாகத் தோன்றியவை அல்ல. கொலை செய்யவேண்டாம் என்ற ஒரு கட்டளையை மேலும் நுட்பமாக ஆத்திரம் கொள்ளாது என்பதற்காக அடித்தவனுக்கு மறுகன்னத்தை காட்டும்படி யேசுநாதர் கூறினார். முற்காலத்து நம்பிக்கை, பிற்காலத்தில்

88 | நைல் நதிக்கரையோரம்

அவை கோட்பாடுகளின் பரிணாம வளர்ச்சி.

உடைக்கப்பட்ட ஆக்நாட்டனின் அந்தக் கோயிலை தற்பொழுது இணையத்தில் உருவாக்கியுள்ளார்கள் எகிப்திய ஆராய்ச்சியாளர்கள்என்பது வேறு ஒரு கதை. அழிக்கப்பட்ட கோயில் ஆக்நாட்டனால் புதிதாக கர்நாக் கோயில் பிரதேசத்தில் கட்டப்பட்டது. அந்தக்கோயில், பிற்காலத்தில் 18 ஆவது வம்சத்தில் வந்த ஹோறம்ஹெப் (Horemhep)அரசனால் முற்றாக உடைக்கப்பட்டு அவனது காலத்தில் புதிய கட்டடமாக உருவானது.

யார் இந்த ஆக்நாட்டன்?

18ஆம் வம்சத்தில் வந்த அரசன் பிரபலமான ஆமன்ஹோரப்3 இன் மகனாக நாலு வருடங்கள் தந்தையுடன் இணைஅரசனாக(Co-regent) இருந்து பின்பு ஐந்து வருடங்கள் ஆமன்ஹோரப்4 ஆக அரசாளுகிறான். மனைவியாக நெபிரிட்டி என்ற அழகான பெண்ணைத் திருமணம் செய்த, பிற்காலத்தில் பிரசித்தமான துட்டன்காமனின் தந்தையும் இவனேயாவான்.

இந்தக்காலத்தில் அட்டன்(Aten- Solar disk) மட்டுமே கடவுள் எனக் கூறி தனது பெயரை ஆக்நாட்டனாக மாற்றியதுடன் இவ்வளவு காலமும் சிறு தெய்வமாக இருந்து வந்த அட்டனுக்காக கோயில் கட்டுகிறான்.

அந்தக்கோயில் வழக்கமான கோயில் போல் இல்லாது கூரையற்று சூரிய வெளிச்சத்தை உள்ளே கொண்டு வருவதற்கு ஏற்ப தூண்களை மட்டும் கொண்டது. இந்தத் துண்களில் — சூரியனில் இருந்து ஒளிவருவதாகவும் அதில் இருந்து ஆக்நாட்டன்

மற்றும் நெபிரிட்டியும் வணங்கி அருள் பெறுவதாகவும் கற்சித்திரங்கள் செதுக்கப்பட்டுள்ளன. இந்தக் கோவில் பிற்காலத்தில் உடைக்கப்பட்டபோதும் பாவிக்கப்பட்ட கற்கள் மற்றைய கோயில்களில் பாவிக்கப்பட்டதால் — ஆராய்ச்சியாளர்கள் 45000 கற்களை படம் எடுத்து அந்தக் கோயில்களை கணினியில் மீள் உருவாக்கம் செய்திருக்கிறார்கள். சூரியஒளியை மட்டுமே ஒரே தேவனாக ஏற்றுக்கொண்டு மற்றைய எகிப்திய கடவுள்களை நிராகரித்தது மட்டுமல்ல — மேலும் ஒரு படி சென்று அட்டன் எகிப்தியருக்கு மட்டுமல்ல சகல நாட்டினருக்கும் பொதுக்கடவுளாக பிரகடனப்படுத்தப்படுகிறது.

இது முக்கியமான விடயம். அக்காலத்தில் எகிப்தியர்கள் பின்பு யூதர்கள் கடவுளை தங்களது இனத்துக்கு மட்டுமே என்று வைத்திருந்தார்கள். அதாவது இந்தியக் கிராமங்களின் குல தெய்வம் என வணங்குவது போன்று வைத்திருந்தார்கள். இப்படியான காலகட்டத்தில் புதிய மதமொன்றை உருவாக்கியதால் உலகத்தில் ஒரே தெய்வம் என்ற கோட்பாட்டை அறிமுகப்படுத்தியதே ஆக்நாட்டன்தான். இதைவிட இந்த அட்டன் — உருவம் கொண்ட கடவுள் அல்ல — இதை உருவத்தில் சிறைப்பிடிக்க முடியாது என ஆக்நாட்டனாலே பாடல் புனையப்படுகிறது.

நேரடியாக சூரிய ஒளியை வணங்குவதன் மூலம் முதலாவது அரூபமான கடவுளான கோட்பாடு வரலாற்றில் உருவாகிறது. ஆக்நாட்டனின் இந்த புதியமதம் 3300 வருடங்களுக்கு முன்பே உருவாகியது. மோசேயின் காலத்திற்கு முன்பாக மட்டுமல்ல, பைபிளின் முன்பானது. பைபிளின் பழைய கோட்பாட்டின் பெரும்பகுதிகள் எழுதப்பட்டகாலம் யூதமக்கள் பாபிலோனில் நாடு கடத்தப்பட்டிருந்தகாலம் என பல சரித்திர ஆசிரியர்களால் கருதப்படுகிறது. இது நடந்த காலம் கிறிஸ்துவுக்கு முன்பான ஆறாவது நூற்றாண்டு.

ஆக்நாட்டனின் புரட்சி அக்கால எகிப்திய சமூகத்தில் எவ்வளவு மாற்றத்தையும் குழப்பத்தையும் ஏற்படுத்தி இருக்கும் என்பதை எம்மால் அனுமானிக்க முடியும். தற்கால இந்தியாவில் சகல கோயில்களையும் ஒரு கணநேரம் இல்லாமல் செய்வதாகஅரசு சட்டம் உருவாக்கினால் ஏற்படும் குழப்பத்தை நம்மால் நினைக்க முடியுமா?

எகிப்தில் ஆக்நாட்டனின் புரட்சி மதத்தோடு மட்டும் நிற்கவில்லை. ஆக்நாட்டன் தனது குழந்தைகள் மனைவி என குடும்பமாக இருப்பது, கல்லோவியமாக வரையப்பட்டிருக்கிறது. அந்த ஓவியங்களில் மற்றைய எகிப்திய அரசர்களது விரிந்த தோள்கள், ஒடுங்கிய இடை, உறுதியான தொடைகள் என ஆண்மை தெரிவதற்குப் பதிலாக — விரிந்த தலை, ஓரலான முகத்துடன், பெண்களுக்கு இருப்பதுபோன்ற உப்பிய மார்பு — பெரிய இடுப்பு என மொத்தத்தில் அவலட்சணமான ஆணாக ஆக்நாட்டனின் செதுக்கிய சிலை எகிப்திய மியூசியத்தில் உள்ளது.

இரண்டாயிரம் வருடங்களாக எகிப்தில் அரசன், மதம், மற்றும் இராணுவம் என முக்கோணமாக கட்டமைக்கப்பட்டு இருந்த சமூகத்தில் இந்த மாற்றம் சுனாமிபோல் தாக்கத்தை உருவாக்கியது ஆச்சரியமானது அல்ல. ஏராளமான கடவுளர், ஆலயங்கள் — அந்த ஆலயங்களின் பெரும் சொத்துகளைத் தலைமுறை தலைமுறையாக அனுபவிக்கும் மதகுருமார் — அவர்களை மருத்துவம், ஜோதிடம், மந்திரம் முதலான பல தேவைகளுக்கும் நம்பியிருக்கும் எகிப்திய சமூகம் வலைப்பின்னலாக இருந்த நிலையில் — பல வகையில் புதிய மதம் தாக்கத்தை உருவாக்கியது. அத்துடன் பொருளாதார, சமூக நிலையில் பாதிப்பை உருவாக்கியதால் தீப்ஸில் இருந்து அரசன் தனது இராஜதானியை வெளியிடத்திற்கு கொண்டு செல்லும் நிலையும் ஏற்பட்டது. பாலைவனத்தில் புதிய நகரம் — அரசமாளிகை என்பனவற்றை உருவாக்க வேண்டிய கட்டாயம் ஆக்நாட்டனுக்கு ஏற்பட்டது. இந்தப் புதிய மதக்கொள்கையால் ஆக்நாட்டன்

ஆட்சியின் ஐந்தாவது வருடத்தில் தீப்ஸில் இருந்து வெளியேறி பாலைவனத்தில் — நைல் நதியின் 200 மைல்கள் தூரத்தில் புதிய அமரனா (Amarna) என்ற தலைநகரை வடிவமைக்கிறான். அந்தப் புதியநகரம் முழுமையாக முற்றுப்பெறாதபோதும் அங்கிருந்தபடி அரசாள்கிறான்.

அவுஸ்திரேலிய தலைநகரமான கன்பராவில் இருந்து வெளியேறி சாம்சன் பாலைவனத்திலோ அல்லது புது டில்லியில் இருந்து வெளியேறி தார் பாலைவனத்திலோ புதிய தலைநகரம் அமைப்பது போன்ற செயலுக்கு ஒப்பானது அந்த அரசனின் செயல்.

தீப்ஸ் எகிப்தின் ஆன்மீக தலைநகரமாக பல நூற்றாண்டுகளாக இருந்து வந்துள்ளது. எகிப்தில் நைல் நதியின் கொடையால் மக்களது தேவைக்கு மேல் உணவு விளைந்ததால் ஏற்படும் உபரி தானியத்தின்மூலம் எக்காலத்திலும் இராணுவத்தை வைத்திருக்க முடிந்தது. இதனால் காலம் காலமாக எகிப்திய மன்னர்கள் வடக்கே பாலஸ்தீனம், அரேபியா, தற்போதைய துருக்கி, தெற்கே நூபியா எனப்படும் சூடான் மீதும் படை எடுத்தார்கள். இந்தப் படை எடுப்பின் விளைவாகப் பெற்ற செல்வம் கோயில்களுக்கும் நன்கொடையாக கொடுக்கப்படும். அமரனாவில் ஆக்நாட்டன் அரசாண்டகாலத்தில் எகிப்திய இராணுவம் எந்த படையெடுப்பும் செய்யாதது மட்டுமல்ல இராணுவத்தைப் பாராமரிப்பதும் நடக்கவில்லை. வெளிநாட்டு விவகாரத் தொடர்புகள் நலிந்து போனது.

பதினேழு வருடங்கள் அரசாண்ட ஆக்நாட்டன் இறந்தபோது — இந்த மதமும் தலைநகரமும் அழிந்து விடுகிறது. ஆக்நாட்டனின் இரண்டாவது மனைவியின் மகனாக துட்டன்காமன் மீண்டும் பன்னிரண்டு வயதில் தீப்ஸில் அரசாளுகிறான். அதேவம்சத்தில் சேனாதிபதியான ஹோரெம்ஹப் 17 வருடங்களின் பின்னர் அரசுக்கட்டிலில் ஏறியபோது ஆக்நாட்டனது மகனான துட்டன்காமனது காலம் வரலாற்றுப் பதிவுகளில் இருந்து அழிந்துவிடுகிறது. அத்துடன் முப்பது வருடங்கள் அரசாண்ட தனது காலத்தை 57 வருடமாக்கியதன் மூலம் ஆக்நாட்டன் அரசாண்ட அமரனா காலத்தை உத்தியோகபூர்வமான பதிவில் இருந்து எடுத்துவிடுகிறான். ஆக்நாட்டனின் கோயிலின் கற்களை பாவித்து கர்நாக் கோயிலில் ஒன்பது, பத்தாவது நுழைவாயில்களை கட்டியதால் அந்த நுழைவாயில் கற்களில் இருந்து இன்றைய எகிப்தியலாளர்கள் ஆக்நாட்டனது காலத்தை மீள உருவாக்க முடிந்தது.

மலைப்பாறைகளைக் குடைந்து உருவான சமாதிகள்

அந்த நாள் காலை பிரகாசமாக விடிந்தது என்பதை எனது அறையில் நிறைந்திருந்த வெளிச்சம் எனக்குத் தெரிவித்தது. மெதுவாக கண்களை கைகளால் அழுத்தியபடி விழித்தபோது எனதருகே படுத்திருந்த சியாமளாவைக் காணவில்லை. நைல் நதியில் நின்ற எமது கப்பலின் மேல்தளத்தில் சென்று சூரிய உதயம் பார்ப்பதற்காக எனது நண்பர் இரவீந்திரராஜின் குடும்பத்தினரும் எனது மனைவியும் சென்று விட்டார்கள் என்பது சிறிது நேரத்தில் எனது அறிவுக்கு எட்டியது. முதல் நாள் லக்ஸர் மற்றும் கர்நாக் கோயிலையும் சுற்றி நடந்ததனால் உடல் களைப்பும் — இரவில் மெதுவாக வீசி போர்வையாக உடல் தழுவிய நைல்நதியின் குளிர்காற்றும் அதிகநேரம் என்னை

நித்திரைக்கு அழைத்துச் சென்றிருந்தது ஆச்சரியமில்லை.

அவசரமாக எழுந்து காலை உணவை உண்பதற்காக மேற்தளத்திற்குச் சென்றபோது காலை மணி எட்டரையாகிவிட்டது. ஒன்பது மணியளவில் பிரசித்தி பெற்ற மன்னர்களின் பள்ளத்தாக்கு (Valley of the kings) என்று சொல்லப்படும் பிரதேசத்திற்குப் போக நாங்கள் திட்டமிட்டு இருந்தோம். அதன் பின்பாக மாலையில் எகிப்தின் முக்கிய ராணியாகிய ஹட்சிபுட் (Queen Hatshepsut) கட்டிய கோயிலுக்கு செல்வது அன்றைய நிகழ்ச்சியாக இருந்தது.

காலையுணவின் போது எமது மேசையருகே இருந்து உணவருந்திய அமெரிக்க தம்பதிகளுக்கு காலை வணக்கம் சொன்னபோது — அவர்கள் தாங்கள் லக்சர் நகரத்தில் வான்வெளியில் ஏற்கனவே காற்றடைத்த பலூனில் ஒரு மணிநேரத்துக்கு மேல் பறந்து மன்னர்களின் பள்ளத்தாக்கு நைல்நதி மற்றும் கர்நாக் கோயிலை பார்த்ததாக சொன்னார்கள்.

வானத்தில் மிதந்து பார்த்துவிட்டு எங்களுடன் தரையிலும் நடந்து பார்க்க வருகிறார்கள் என்பதை அறிந்தபோது கொஞ்சம் பொறாமையாகவும் இருந்தது. 'நாமும் போயிருக்கலாமே?' என்றபோது 'உங்களுக்கு என்ன விசரா' என்றாள் எனது மனைவி.

அப்படி பலூனில் பறந்து செல்வதற்கு ஏற்கனவே அமெரிக்காவில் அவர்கள் பதிவு செய்திருக்கவேண்டும். நாங்கள்தான் எகிப்துக்கு வருவதற்கே எப்படி பயந்தோம்?

நாங்கள் காலை சென்ற அந்த மன்னர்களின் பள்ளத்தாக்கு லக்சர் நகரத்தில் நைல் நதியின் மேற்குப்பகுதியில் உள்ளது. இது பெயருக்கு ஏற்றபடி சுற்றிவர அதிக உயரமற்ற மலைகளால் சூழப்பட்ட பிரதேசம். இந்தப் பிரதேசத்திற்கு உள்செல்ல ஒரு பாதையே இருந்தது. அதன்வழியேதான் உல்லாசப்பிரயாணிகள் வண்டிகளில் வந்து இறங்கினார்கள்.

இங்குள்ள மலைகள் நான் பார்த்த எந்த மலைகளையும் விட விசித்திரமானது. புற்களோ வேறு எந்த பச்சைத் தாவரங்களுமோ முளைத்திராத மென்சிவப்பான சுண்ணாம்பு பாறைகளைக்கொண்டது இந்த மலைகள்.

மலைப் பாறைகளை உட்புறமாகக் குடைந்து பின்னர் உட்புறங்களை செதுக்கி அழகான சமாதிகளை அமைத்திருக்கிறார்கள் என்று

சொன்ன எமது வழிகாட்டி மேலும் கூறிய ஒரு தகவல் என்னை வியப்பில் ஆழ்த்தியது.

'பத்து வருடங்களுக்கு ஒருமுறை இங்கு மழை பெய்தால் அதிசயம்' என்றார் அவர். இப்படியான பிரதேசத்தில் — எகிப்தில் நைல்நதியும் ஓடாவிடில் சிந்தித்துப் பார்க்கவே பயமாக இருந்தது.

புதிய இராஜவம்சத்து அரசரான தற்மோஸஸ்(Tuthmosis) இங்கு முதலாவதாக சமாதியை உருவாக்கிய மன்னன். இதற்கு முக்கிய காரணம் பழைய வம்சத்தினராலும் மத்திய வம்சத்தினராலும் அமைக்கப்பட்ட பிரமிட்டுகளில் கொள்ளைகள் தொடர்ந்து நடந்தன. அரசர்களது ஆபரணங்கள் — பாவித்த பொருட்களான உடை, மற்றும் தளவாடங்களை அவர்களது உடலோடு சேர்த்து வைப்பதன் காரணம் — அவர்கள் அவற்றோடு வானுலகு செல்ல முடியும் என்ற எகிப்தியரின் நம்பிக்கைதான்.

எகிப்தில் அரசர்கள் சிறப்பாக அரசாண்டபோது பிரமிட்டுகள் அரசர்களால் பாதுகாக்கப்பட்டன. ஆனால் எகிப்திய அரசு நலிவடைந்த காலத்தில் மம்மிகளோடு சேர்த்து வைக்கப்பட்ட விலை உயர்ந்த பொருட்களை கொள்ளையடிப்பது தொடர்ச்சியாக நடந்தது.

பிரமிட்டுகளின் வாசல் எப்பொழுதும் வடக்குப் பக்கமாக வைக்கப்பட்டு வானில் நிரந்தரமாகத் தெரியும் துருவ நட்சத்திரத்தை (North Star) நோக்கி இருக்கும். இதற்குக் காரணம் இறந்த அரசர்கள் இலகுவாக வானுலகை நோக்கிச் செல்லமுடியும் என்ற ஐதீகத்தில் அமைக்கப்பட்டிருக்கும். தொடர்ச்சியாக சமாதிகளில் திருட்டு நடப்பதைத் தடுக்க வழக்கத்திற்கு மாற்றாக தெற்குப் பக்கத்தில் வாசல் வைத்து மத்தியகால அரசர் ஒருவர் தனது பிரமிட்டைக் கட்டியிருந்தார். இதனால் பிற்காலத்தில் பிரபலமான இங்கிலாந்தை சேர்ந்த எகிப்தியலாளரான பிலிண்டெர்ஸ் பெட்ரீ (Flinders Petrie) அந்த சமாதியை கண்டுபிடிப்பதற்காக மண் மூடியிருந்த அந்த பிரமிட்டை பத்து வருடங்கள் தோண்டவேண்டியிருந்தது. இறுதியில் பிரமிட்டின் உச்சியை உடைத்துக்கொண்டு உள்ளே சென்றபோது அந்த சமாதியில் உள்ள பல ஆபரணங்கள் திருட்டுப் போயிருந்தது தெரியவந்தது. மம்மியிருந்த கல்லான அந்த பிரேதப் பெட்டியில் நீர் சென்றிருந்ததால் மம்மி மக்கி அழிந்துவிட்டது. இதன்மூலம் புரிந்து கொண்ட விடயம் பெரும்பாலான திருடர்கள் அந்த பிரமிட்டை கட்டும் வேலையில் ஈடுபட்ட தொழிலாளர்களே.

மத்திய அரசர்கள் காலத்தின் பின்பு எகிப்தின் வடபகுதியை வெளிநாட்டினர் ஆண்டனர். இவர்கள் குதிரைகள் கொண்ட இரதங்களில் வந்ததால் இவர்களால் எகிப்திய அரசர்களை வெல்ல முடிந்தது. குதிரைகளோ இரதங்களோ எகிப்தில் அக்காலம் வரையும் இருக்கவில்லை. இவர்கள் பாலஸ்தீனத்தில் இருந்து வந்திருக்கலாம் என நம்பப்படுகிறது. இவர்களால் தீப்ஸ் அமைந்திருக்கும் எகிப்தின் தென்பகுதியை வெல்ல முடியவில்லை என்பது அறியப்பட்டது. இவர்களிடம் எழுதும் மொழியோ கலை வடிவமோ அல்லது வரலாற்றை பதிவு செய்யும் வழக்கமோ இருக்கவில்லை என ஊகிக்கப்படுகிறது.

இதற்கு மாறாக தங்களின் வெற்றிகளையும் கீர்த்திகளையும் மற்றும் சந்தோசமான விடயங்களையும் பதிவுகளாக்கிய எகிப்தியர்கள் தங்களுக்கு எதிரான விடயங்களையோ அல்லது தோல்விகளையோ பதிவு செய்யும் வழக்கம் இல்லாததால் இந்த ஹைக்சோஸ்(Hyksos) எனப்படும் வெளிநாட்டவர்கள் காலத்து விடயங்கள் சம்பந்தமாக எகிப்திய நாட்டில் எந்தப் பதிவுகளும் இல்லை. இவர்களை பிற்காலத்தில் தீப்ஸ் இளவரசர்கள் எதிர்த்து போரிட்டு எகிப்தை விட்டு வெளியேற்றி எகிப்தை ஒருநாடாக்கி ஆட்சியை நிறுவினார்கள்.

ஆமோஸ்(Ahmose-1551-1524) இவர்களை வெளியேற்றியதும் எகிப்து ஒன்றாகி புதிய இராஜவம்சம் உருவாகிறது. இந்தக் காலத்தில் இருந்து மீண்டும் மகோன்னதமான காலம் எகிப்தில் உருவாகிறது. இதில் ஆமோஸின் மகளைத் திருமணம் செய்த படைத்தளபதி தற்மோசஸ் வடக்கில் மொசப்பத்தேமியாவிற்கும் தெற்கே நூபியாவிற்கும் படையெடுத்து மீண்டும் எகிப்தின் கீர்த்தியை நிலைநாட்டி அரசனாகிறான்.

மன்னன் தற்மோசஸ் — ஆரம்பத்தில் மன்னர்கள் பள்ளத்தாக்கில் சுண்ணாம்புக் கற்பாறைகளைக் குடைந்து தனக்கு ஒரு சமாதியை உருவாக்கியபோது அதற்குப் பொறுப்பாக நியமிக்கப்பட்டிருந்த கட்டடக்கலைஞர் — இனனி(Ineni) 'இந்த இடத்தை தானே தெரிவு செய்ததாகவும் இந்த இடத்தில் நடைபெறும் வேலையை தான் மட்டுமே பார்வையிட்டதாகவும் இதனால் ஏற்படும் கீர்த்தி தனக்கு மட்டுமே உரியது' எனவும் பதிவு செய்துள்ளான்.

இந்த மலைப்பகுதி பல இயற்கையான வசதிகளைக் கொண்டுள்ளது. உயரமான மலைப்பகுதி இயற்கையான பிரமிட்டின் தோற்றத்தை

தருவதுடன் மக்கள் எவரும் வசிக்காத ஈரலிப்பற்ற சுண்ணாம்புப் பாறைப் பிரதேசம். சுண்ணாம்புப் பாறைகள் குடைவதற்கும் மெருகூட்டுவதற்கும் இலகுவானவை. சில சமாதிகள் நூறு அடி ஆழத்தில் பல அறைகள் மற்றும் தூண்களைக் கொண்ட மாளிகைபோல் அமைக்கப்பட்டிருக்கிறது.

இப்படியான பெரிய வேலையை எப்படி இரகசியமாக செய்திருக்க முடியும்?

இந்த வினாவிற்கு ஆரம்பகாலத்தில் தற்மோஸசால் வெளிநாட்டுப் படையெடுப்பில் இருந்து கொண்டு வரப்பட்ட கைதிகள் — மலையைக் குடைந்து சமாதி வேலைகளை முடித்திருப்பார்கள். அதன்பின்னர் அவர்கள் கொலை செய்யப்பட்டிருக்கலாம் என எகிப்தியலாளர்கள் நம்புகிறார்கள்.

இப்படியாக பாதுகாக்கப்பட்ட சமாதிகள் எல்லாம் பிற்காலத்தில் திருடப்பட்டுள்ளன. 20ஆம் நூற்றாண்டில் கண்டுபிடிக்கப்பட்ட துட்டன்காமனின் சமாதி மட்டுமே திருடர்களின் கைவரிசையில் இருந்து தப்பிய ஒரே சமாதியாகும்.

மக்கள் அற்ற பாதுகாக்கக்கூடிய இந்த மலைப்பிரதேசத்தில் கல்லைக் குடைந்து முதலாவது சமாதியை உருவாக்கியவர்கள் புதிய அரசவம்சத்து அரசர்கள். அதன் பின்பாக (1550—1069) கிட்டத்தட்ட ஐநூறு வருடங்களாக அரசர்களின் உடல்கள் இங்கே உருவாக்கப்பட்ட சமாதிகளில் வைக்கப்பட்டிருக்கிறது. இருபதுக்கு மேற்பட்டவர்களின் சமாதிகள் உல்லாசப்பயணிகளுக்காக வைக்கப்பட்டிருக்கிறது.

நாம் சென்ற போது பல சமாதிகள் மூடப்பட்டு சில மட்டுமே பார்ப்பவர்களுக்கு அனுமதிக்கப்பட்டது. ஒவ்வொரு காலத்திலும் இரண்டு அல்லது மூன்று சமாதிகளே உல்லாசப் பயணிகளுக்காக திறந்துவிடப்படும். மனிதர்களின் சுவாசத்தில் இருந்து வரும் கரியமில வாயுவும் ஈரலிப்பும் சேர்ந்து அமிலமாக மாறி சுண்ணாம்புப் பாறைகளை தாக்கக்கூடியது என்பதே இதற்குக்காரணம். இதனைக் கருத்தில்கொண்டு — வருங்கால சந்ததியினருக்கும் இந்த வரலாற்றுச் சான்றுகளை பார்க்கும் சந்தர்ப்பம் கொடுப்பதற்காக இந்தப் பாதுகாப்பு ஏற்பாடு செய்யப்பட்டுள்ளது.

ஒவ்வொரு சமாதிக்கும் தனிக்கட்டணம் வசூலிப்பதால் இரண்டு

சமாதிகளும் போகக்கூடியதாக இருந்தது. அதில் முக்கியமானது துட்டன்காமனின் சமாதி. இதில் மட்டுமே மம்மியுள்ளது. இராம்சி2 இன் சமாதி வெறுமையாக இருந்து. நாங்கள் சென்று பார்த்த இரண்டும் மலைக்குன்றுகளின் உயரத்தில் கற்பாறைகளைக் குடைந்து பல அறைகளாக அமைக்கப்பட்டுள்ளது. படிகளில் ஏறிய பின்புதான் வாசலை அடைந்து பின்பு கீழ்நோக்கி செல்லக்கூடியதாக இந்த சமாதியின் பாதைகள் அமைந்துள்ளன. சமாதியின் பாதை முன்னறையை அடையும். இந்த முன்னறையின் அடுத்தபகுதி மம்மி வைத்திருக்கும் உள்ளறையாகும்.

பல சமாதிகள் பல அறைகளையும் தூண்களையும் கொண்டவை. மலையின் உயரத்தில் இருப்பதால் மழைத்தண்ணீர் செல்வது குறைவானது அத்துடன் அவற்றின் வாசல்கள் அடைக்கப்பட்டிருக்கும்.

பல அறைகளைக் கொண்ட இந்த சமாதி ஆரம்பப் பாதையில் பல சித்திரங்கள் கல்லில் பொறிக்கப்பட்டு வர்ணத்தில் அழகுபடுத்தப்பட்டிருக்கிறது. எகிப்திய தெய்வங்கள் அரசர்களோடு எப்படியான சுமுக உறவுகளில் இருந்தார்கள் என்பது — எகிப்திய தெய்வங்கள் மற்றும் கர்ணபரம்பரைக் கதைகள் என்பன சித்திரமாக எழுதப்பட்டு அலங்கரிக்கப்பட்டிருக்கும். சமாதிக்குள் இருந்த கல்லாலான பிரேதப் பெட்டிகள் அதன் உள்ளே இருந்த மம்மிகள் ஆபரணங்கள் மற்றும் அரசனது பொருட்கள் யாவும் தற்பொழுது எகிப்திய தொல்பொருள் காட்சிச்சாலையிலும் இலண்டன், பாரிஸ் மற்றும் நியூயோர்க் தொல்பொருள் காட்சிச்சாலைகளிலும் பாதுகாப்பாக உள்ளன.

சில சமாதிகளின் கூரையில் ஆகாயமும் நட்சத்திரங்களும் வரையப்பட்டுள்ளன. மரணத்தின்பின் அரசன் மேலுலகம் போவதற்கான வழிமுறைகள் எகிப்திய குறியீட்டு மொழியில் எழுதப்பட்டிருக்கும். எகிப்திய ஐதீகத்தில் பன்னிரண்டு வாசல்கள் ஊடாகச் செல்லும் சூரியக்கடவுளுடன் அரசர்கள் செல்லும்போது அந்த வாசல் திறப்பதற்கான இலக்கங்கள் உண்டு. மேலும் மன்னர்கள் சூரியக்கடவுளின் துணையோடு படகில் வானத்தில் செல்வதாகவும் நம்பிக்கைகள் உண்டு. இப்படியான நம்பிக்கைள் சித்திர வடிவத்தில் பொறிக்கப்பட்டுள்ளன.

பிற்காலத்தில் சமாதிகளில் வேலை செய்வதற்கு கல்தச்சர்கள்— சிற்பிகள்— ஓவியர்கள் முதலான திறமையுள்ள கலைஞர்கள் ஒன்றாகக்கூடி ஒரு கிராமத்தில் வசித்தார்கள். மன்னர்களின்

பள்ளத்தாக்கிலிருந்து 2—3 கிலோமீட்டர் தொலைவில் அந்தக்கிராமம் இருந்திருக்கிறது. இந்தக் கிராமம் தற்மோசிஸ் காலத்தில் உருவாகியது. பிற்காலத்தில் புதிய எகிப்திய தலைநகரம் வடக்கே நைல் நதிப்பகுதியில் உருவாகியபோது, மன்னர்களின் சமாதிகளும் தீப்ஸ் நகரத்தில் இல்லாதொழிந்ததால் அந்தக் கலைஞர்கள் வாழ்ந்த கிராமமும் அழிந்துபோனது.

முற்காலத்திலும் மத்திய காலத்திலும் அரசர்களுக்கு மட்டுமே பிரமிட் கட்டினார்கள். ஆனால் புதிய இராசவம்சத்தின் காலத்தில் எகிப்தில் அரசர்களுக்கு மட்டுமல்ல இராணிகள் மற்றும் முக்கிய பிரதானிகள் மந்திரிகளது சமாதிகளும் தீப்பஸ் மற்றும் பல எகிப்திய நகரங்களில் அமைக்கப்பட்டுள்ளன.

எகிப்திய வரலாறு: பெண்ணரசி

ஜோவான் என்ற பெண் ஆணாக வேடமிட்டு மத்தியகாலத்தில் (1100AD) கத்தோலிக்க அரசராக இரண்டு வருடங்கள் பதவி வகித்தார். அவர் குதிரையில் செல்லும் போது பிரசவவலி வந்ததால் பெண்ணென்ற விடயம் பகிரங்கமானது. ஜோவான் கல்லால் எறிந்து கொலை செய்யப்பட்டார். பெண்களைப் பொறுத்தவரை தற்காலத்தில் நிலைமை எவ்வளவு மாற்றம் நடந்துள்ளது என்பது நாடுகளுக்கு நாடுகள் வேறுபடுகிறது. பல நாடுகளின் பெண்கள் நிலைமை மத்திய காலத்திலேயே உள்ளது.

பண்டைக்கால சீனாவின் வரலாற்றில் டாங் அரசவம்சத்தில் (Tang Dynasty) சக்கரவர்த்தினியாகி அரசாண்ட வூ செற்றியன் (Wu Zetian) என்ற

பெண்ணைத்தவிர மற்றைய நாடுகளின் வரலாற்றில் பெண்கள் அரசாட்சி செய்தது மிகவும் அரிதாகவே கணப்படுகிறது. அப்படித் தெரிந்தாலும் முக்கியத்துவமானதாகக் காணப்படவில்லை. ஐரோப்பியர்களின் வரலாற்றுத் தொட்டில்களான கிரேக்க ரோம அரசுகளில் பெண்கள் பெயர்கள் பொருட்படுத்துமளவு பேசப்படுவது கிடையாது.

அப்படி நிகழ்ந்தால் எதிர்மறையாக உருவகிக்கப்படும். எகிப்திய அரசி கிளியோபாட்ரா இதன் உதாரணம். பதினெட்டு வயதான கிளியோபாட்ரா மத்திய வயதான ஜூலியஸ் சீசரையும் பின்பு மார்க் அந்தனியை மயக்கியதாகவும் வரலாறு எழுதப்படுகிறது.

நாம் அறிந்த வரலாறு அரச வம்சங்களின் வரலாறு. அந்த அரச வரலாறு ஆண் அரசர்களால்தான் கட்டியமைக்கப்படுகிறது என்பதும் நாம் தெரிந்து கொண்ட விடயம். இந்த வரலாற்று உண்மைக்கு மாறாக இரண்டாயிரம் வருடங்கள் முன்பாகவே உலகத்தின் எந்த நாட்டின் வரலாற்றிலும் இல்லாத அளவு எகிப்தில் பெண்கள் முக்கியத்துவமடைந்திருக்கிறார்கள்.

எகிப்தின் முக்கிய ஐதீகத்தில் வரும் ஓசிரஸ் என்ற ஆண் தெய்வம் வரலாற்றுக்கு முன்பான காலத்தில் விவசாயத்தை மற்ற நாடுகளில் அறிமுகப்படுத்துவதற்காக வெளிநாடுகளுக்குச் சென்றபோது எகிப்தை ஆண்ட மனைவியான பெண் தெய்வம் ஐசிஸ். எகிப்திய அரசியல் நடைமுறையில் அரசனின் புதல்வன் மட்டுமல்ல அரசனின் மகளை திருமணம் செய்தவரும் எகிப்தை அரசாள முடியும் என்ற விதிமுறை இருந்ததால் பெண்களுக்கான முக்கியத்துவம் வரலாற்றில் 3000 வருடங்களாகவே இருந்தது.

எகிப்திய பெண்களில் ஹட்சிபுட் (Hatshepsut), அக்நாட்டனின் மனைவி நெபிரிட்டி,மகா இராம்சி மனைவி நெபிரட்றி அதன்பின் எகிப்தின் கடைசி அரசி கிளியோபாட்ரா உட்பட சுமார் அரைடசன் முக்கியமான பெண்கள் எகிப்திய வரலாற்றில் பேசப்படுகிறார்கள்.

எகிப்தை ஆண்ட பிரபலமான ராணி ஹட்சிபுட் — புதிய வம்சத்தை ஸ்தாபித்த தற்மோசிஸ்1 இன் மகள் — தனது பன்னிரண்டு வயதில் ஒன்றுவிட்ட சகோதரனான தற்மோசிஸ்2 வைத் திருமணம் செய்து இருபது வருடங்கள் ராணியாக பதவி வகித்தாள்.

தற்மோசிஸ்2 இறந்த பின்பு அவரின் இரண்டாவது மனைவியின் மகனாகிய தற்மோசிஸ்3 என்ற ஏழு வயதுச் சிறுவனுடன் இணையரசியாகவும் (Coregent) அதன் பின் அரசியாகவும் எகிப்தை ஆளுகிறார். இவரது வாழ்க்கையை ஊன்றிப்படிக்கும்போது ஒரு நாவலைப் படிப்பது போல் சுவையானது. அதேவேளையில் இக்கால பெண்கள் சமூகத்தில் எதிர்கொள்ளும் விவகாரங்களை 3500 வருடங்களின் முன்பும் பெண்கள் எதிர்கொண்டிருப்பது என் மனத்தில் இந்தப் பெண்ணரசியின் வரலாற்றை கொஞ்சம் விபரமாகச் சொல்லவேண்டும் என எண்ண வைக்கிறது.

எகிப்திய அரசர்கள் ஆட்சியில் அமர்ந்தது மூன்று விடயங்களை முக்கியப்படுத்துகிறது.

1) அரசவையில் அமர்ந்த மறுநாளே தங்களுக்கு பிரமிட்டோ அல்லது சமாதியோ கட்டுவதற்கு தீர்மானித்து கட்டடக்கலைஞர் ஒருவரைத் தேடுவார்கள்.

2) சுற்றியுள்ள நாட்டின் மேல் படைஎடுத்து செல்வங்களைக் கொண்டுவருவதுடன் அதில் ஒருபகுதியை கோயில்களுக்கு பிரித்துக் கொடுப்பார்கள்.

3) எகிப்திய தெய்வங்களுக்கு கோயில் கட்டுவார்கள்.

இந்த மூன்று விடயங்களிலும் ஹட்சிபுட் எப்படி நடந்து கொண்டார் என்ற வரலாற்றை சிறிது புரட்டிப் பார்ப்போம்.

எகிப்தில் மிகவும் மகோன்னதமான கோவில்(monastery Temple) டயர் எல் பாகிரி(Dier el Bahri) என்ற இடத்தில் இவரால் கட்டப்பட்டுள்ளது. இது மன்னர்களின் பள்ளத்தாக்கின் அருகில் உள்ளது. இந்தக் கோவிலின் அமைப்பு மட்டுமல்ல விசேடமானது. இவரது ஆட்சியில் நடந்த முக்கிய சம்பவங்கள் இந்தக் கோயில் சுவர்களில் பொறிக்கப்பட்டு வரலாற்றுப் பெட்டகமாக உள்ளது.

மதியத்திற்குப் பின்னர் இந்தக் கோயிலுக்குப் போனபோது சூரிய ஒளியில் குளித்தபடி கட்டடம் வித்தியாசமாக இருந்தது. உள்ளே சென்று சுவரில் பொறிக்கப்பட்ட விடயங்கள் கண்ணுக்குத் தெரிந்தாலும் வரலாறு தெரியாதபோது அவை கோடுகளாகத்தான் தெரிந்தது.

3500 வருடங்களுக்கு முன்பு நடந்த வரலாற்றை ஓரளவு வழிகாட்டி மூலம் தெரிந்து கொண்டு பார்த்தபோது சுருட்டிவைக்கப்பட்ட மர்மக்

கம்பளமாக கண்ணைக் கவர்ந்தபடி விரிந்தது. சுவரில் பொறிக்கப்பட்ட சித்திரங்கள் என்னைப்போன்ற சாதாரணமானவர்களுக்கு மட்டுமல்ல ஆரம்ப எகிப்தியலாளர்களுக்குமே தலையை சுற்ற வைத்தது.

1829இல் இந்தக் கோயிலுக்கு வந்த பிரான்சிய எகிப்தியலாளர் சம்போலியன் (Champollion) எகிப்தியலின் தந்தை போன்றவர். இவர் இந்தக் கோயிலுக்கு வந்தபோது இரண்டு அரசர்கள் ஒரே உடையில் இருப்பதாக சுவர்களில் சித்திரம் வரையப்பட்டிருந்தது அவருக்கு புதிராக இருந்தது.

அதில் ஒரு அரசர் தற்மோசிஸ்3. அத்துடன் பல இடங்களில் குறியீட்டு மொழியில் மாட்சிமை தாங்கிய மகாராணி எனவும் வேறு இடத்தில் மாட்சிமை தாங்கிய மகாராஜா எனவும் ஒரே ஆளைக் குறித்து எழுதப்பட்டிருந்தது.

இந்தப் புதிர் பிற்காலத்து எகிப்தியலாளர்களால் அறிவிக்கப்பட்டது. ஆண் அரசர்போல் தோற்றமளித்த ஹட்சிபுட்டின் பெயர் பல இடங்களில் செதுக்கி அழிக்கப்பட்டிருந்தது. அந்த இடங்களில் தற்மோசிஸ்1 அல்லது தற்மோசிஸ்2 போன்றவர்களின் பெயர் சேர்க்கப்பட்டிருந்தது.

ஹட்சிபுட் என்ற பெண்ணரசியின் பெயர் வரலாற்றில் வருவதை

எகிப்திய சமூகம் ஏற்றுக் கொள்ளவில்லை. ஆனால் இதை செய்வதற்கு ஹட்சிபுட் இறந்து 20 வருடங்கள் காத்திருந்திருக்கிறார்கள்.

இவரது காலத்தில் நாலு ஒப்லிஸ்க் தூண்கள் அகழ்ந்து எடுக்கப்பட்டு கர்நாக் கோயிலில் அமைக்கப்பட்டன. இப்பொழுது எகிப்தில் உயரமான ஒப்லிஸ்க் கர்நாக் கோயிலில் இன்னமும் இருக்கிறது. மற்ற மூன்றும் ரோமர்களின் ஆட்சிக்காலத்தில் அப்புறப்படுத்தப்பட்டு ரோமுக்கு கொண்டு செல்லப்பட்டது. பிற்காலத்தில் ஹட்சிபுட்டின் தடயங்களை அப்புறப்படுத்தும்போது ஒப்லிஸ்க் அகற்றுவதற்கு முடியாமல் இதை மறைத்து சுவர் எழுப்பியிருக்கிறார்கள்.

ஹட்சிபுட் ஏழு மாதத்தில் அகழ்ந்து கொண்டு வந்து இரு ஒப்லிஸ்க்கை கர்நாக் கோயிலில் அமைத்திருக்கிறார். இந்த இரண்டு ஒப்லிஸ்க்களை பெரிய மிதவையில் வைத்து நைல் நதியின் அஸ்வான் பிரதேசத்தில் இருந்து தீப்ஸ்க்கு 27 படகுகளால் இழுத்துக்கொண்டு வரும் காட்சியானது இந்தக் கோயிலின் சுவரில் எழுதப்பட்டிருக்கிறது.

ஹட்சிபுட் தனது ஆட்சிக் காலத்தில் பண்ட் (Punt) எனப்படும் தற்போதைய எரித்திரியாவுக்கு வியாபர நல்லுறவுக்காக பல கப்பல்களை அனுப்பி அங்கிருந்து ஆப்பிரிக்க மிருகங்கள் தாவரங்கள் முதலானவற்றை எகிப்திற்கு கொண்டுவந்தார்.

வியாபாரக் குழுவாகச் சென்ற எகிப்தியர்களை அந்த நாட்டு அரசி தனது மகளுடன் வரவேற்பதும் — மரங்களையும் மிருகங்களையும் கொண்டுவரும் காட்சியும், ஆப்பிரிக்கா குடிசைகள் என்பனவும் சுவரில் வரையப்பட்டுள்ளன. ஒட்டகச்சிவிங்கி போன்ற மிருகங்கள் தீப்ஸ்க்கு கொண்டுவரப்பட்டு — உலகத்தின் முதலாவது மிருகக்காட்சிசாலை அங்கு அமைக்கப்படுகிறது. பல ஆப்பிரிக்க தாவரங்களின் வேர்கள் கூடைகளில் வைத்து அவற்றின் வேர்கள் காய்ந்துவிடாமல் பாதுகாப்பாகக் கொண்டு வரப்படுகிறது. அத்துடன் தந்தங்கள் — புலித்தோல் — சாப்பிராணி தரும் மரங்கள் என்பனவும் கொண்டுவரப்படும் காட்சி அதில் வரையப்பட்டுள்ளது.

பாலைவனப் பிரதேசமான எகிப்தில் கிடைக்காத தாவரங்கள் — விலங்குகள் சகாரா பாலைவனத்தின் தெற்கேயுள்ளது. உலகத்தின் முதல் விலங்கியல் பூங்கா மற்றும் தாவரவியல் பூங்கா என்பன ஹசிபுட்டினால் 3500 வருடங்கள் முன்பு உருவாக்கப்படுகிறது.

ஆரம்பகாலத்தில் இருபது வருடம் மன்னனின் மனைவி— மகாராணியாகவும் பின்னர் நான்கு வருடங்கள் தற்மோசிஸின் இரண்டாவது மனைவியின் மகன் சிறுவனாக இருந்தபோது அவனுடன் இணைந்து இணையரசியாகவும் பதவியிலிருந்துவிட்டு பிற்காலத்தில் எகிப்திய அரசியாகவும் பொறுப்பேற்று நடத்தினார். அக்காலத்தில் மன்னருக்கான கிரீடத்துடன் மட்டுமல்ல எகிப்திய மன்னர்கள் தாடையில் வைக்கும் பொய்த்தாடியுடனும் அரசாண்டதாக அந்த சித்திரங்களில் பொறிக்கப்பட்டிருக்கிறது. இதனால்தான் ஆய்வாளர் சாம்பொலினுக்கு தலையைச் சுற்றியது.

ஆண்கள் மட்டுமே அரசாளும் எகிப்தில் — எகிப்திய அரசர்கள் கடவுளுக்கு ஒப்பானவர்கள். இதை எப்படி ஹட்சிபுட் சமாளித்தார் என்பது எகிப்தியலாளர் பலரது கேள்வியாக இருந்தது. இந்தக் கோயிலில் அதற்கான பதில் இருக்கிறது.

எகிப்தியர்களின் முதன்மைக் கடவுளான ஆமூன் தந்தையான தற்மோசிஸ் போல் வேடமிட்டு ஹட்சிபுட்டினது தாயிடம் சென்று உடலுறவு கொண்டதில்தான் ஹட்சிபுட் கருவாகி பிறந்ததாக எழுதப்பட்டிருக்கிறது. அதாவது அதில் தெய்வீகப்பிறப்பு உள்ளதாக அங்கு எழுதப்பட்டிருக்கிறது. இங்கும் விவிலியத்திற்கு முன்னோடியாக தெய்வீகப் பிறப்பின் கருத்தாக்கம் எகிப்தில் உள்ளது என்பதைக் காட்டுகிறது.

ஆரம்பத்தில் அரசனின் மனைவியாக இருந்தபோது அமைக்கப்பட்ட ஒரு சமாதி பிற்காலத்தில் கைவிடப்படுகிறது. மற்றைய சமாதி துட்டன்காமனின் சமாதியைக் கண்டுபிடித்த ஹவாட் காட்டரால் கண்டுபிடிக்கப்பட்டது. அங்கு இரண்டு கல்லிலான பிரேதப் பெட்டிகள் இருந்தன. ஒன்று ஹட்சிபுட் மற்றது தந்தையான தற்மோசிஸ்1.

கணவனான தற்மோசிஸ்2 பற்றிய குறிப்புகள் எங்கும் அதிகமில்லை. மேலும் பன்னிரண்டு வயதில் திருமணம் செய்து முப்பத்திரண்டு வயதில் விதவையாகிய ஹட்சிபுட்டின் இருபது வருட திருமணவாழ்க்கை குறிப்பிடத்தக்கது அல்ல என எகிப்தியலாளர்கள் கருதுகிறார்கள். எகிப்திய அரசிகள் மறுதிருமணம செய்வது வழக்கமில்லை.

முப்பத்திரண்டு வயதான ஹட்சிபுட் வாழ்க்கையில் ஒரு காதலர் இருந்ததாக கருதப்படுகிறது. அவரது பெயர் சேன்மெற் (Senenmut) என்றும் வரலாற்றாசிரியர்கள் அதற்கான ஆதாரங்களையும்

வைக்கிறார்கள்.

சேன்மெற் காலம் முழுவதும் திருமணம் செய்யாமல் வாழ்ந்தவர். இவர் அரச திறைசேரிக்கு பொறுப்பாகவும் — ஹட்சிபுட்டின் மகளுக்கு கல்வி போதிப்பவராகவும் மற்றும் பல பதவிகளை வகித்தவர். ஹட்சிபுட் தனக்கு சொந்தமான அழகிய பிரேதப்பெட்டியை இவருக்கு கொடுத்துள்ளார். ஆனால் இந்தப் பெட்டி சுக்குநூறாக பிற்காலத்தில் நொறுக்கப்பட்டுள்ளது. இதைவிட தீப்ஸ் குகையில் ஆபாசப்படம் (Graffiti) ஒன்று கண்டுபிடிக்கப்படுள்ளது. தலையில் கழுகைக் கொண்ட எகிப்திய கிரீடத்தை அணிந்து கொண்டு ஒரு பெண் நிர்வாணமாகவும், அவளுடன் ஓவசியர் தொப்பியை அணிந்த ஆண் உறவு கொள்வதாக அந்தப்படம் வரையப்பட்டுள்ளது. இந்தப்படம் ஹட்சிபுட்— சேன்மற்றைக் குறிப்பதாகக் கருதப்படுகிறது. அக்காலத்தில் மக்களிடம் பேசப்பட்ட செய்தியை தங்களுக்கு தெரிந்ததாக காட்டிக்கொள்வதற்காக கல்தச்சர்களால் பொறிக்கப்பட்டிருக்கலாம் என எகிப்தியலாளர்கள் கருதுகிறார்கள்.

ஹட்சிபுட் இறந்த பின்பு அரசுக்கட்டில் ஏறிய தற்மோசிஸ்3 இன் ஆட்சிக்காலத்தில் ஹட்சிபுட்டின் தடயங்கள் எகிப்திய வரலாற்றில் இருந்து அகற்றப்பட்டது. ஒரு பெண்ணரசி எகிப்தை ஆண்ட வரலாறு பிற்காலத்தில் எகிப்திய ஆராய்ச்சியாளர்களால் மற்றைய தரவுகளில் இருந்து மீள உருவாக்கப்பட்டது.

அக்கால தீப்ஸ் எனப்படும் இக்கால லக்சரில் இருந்து தெற்கு நோக்கிய பயணத்தை நைல் நதியில் நாங்கள் மாலைவேளையில் தொடர்ந்தோம். எப்பொழுதும் காற்று தெற்கு நோக்கி வீசுவதால் பாயை விரித்தபடிதான் அக்காலத்தில் படகுகள் செல்லும். ஆனால் இக்காலத்தில் மோட்டர் பூட்டிய படகொன்று அஸ்வான் அணையை நோக்கி எம்மை அழைத்துச் சென்றது. இதனால் காற்றின் ஓசையில் நைல் நதியின் சலசலப்பும் கலந்திருந்தது. அதனை லயித்தபடி பயணம் செய்தோம்.

நைல்நதியில் சீசருடன் இணைந்த கிளியோபாட்ரா

நைல் மீதான மத்திய அரசர்கள் காலத்துக் கவிதை:

புவியில் இருந்து வந்து எகிப்தை எங்களுக்களித்தாயே.

உன்னை வணங்குகிறேன்.

இரண்டு நாட்டையும் ஒன்றிணைத்து தானியக் களஞ்சியங்களை நிறைத்தாயே

வறியவர்கள் வயிற்றை நிரப்பிய நீ வாழ்க.

நைல் நதியில் அதிகாலையில் சூரிய உதயம் பார்ப்பதற்காக ஜன்னலைத் திறந்தபோது உச்சி வானம் வெளிர்நீல நிறமாக மேகக் கூட்டங்கள்

நடேசன் | 107

அற்று நிர்மலமாக காட்சியளித்தது. அடிவானத்தில் ஈச்ச மரங்கள் மற்றும் அக்காசியா மரங்களுக்கு இடையில் ஆர்ப்பாட்டமில்லாத சூரிய உதயம் மெதுவாகத் தோன்றியது. நாரைகள், கொக்குகள் முதலான பறவைகள் அதிகாலை மீன் வேட்டைக்காக திட்டுகளாக இருந்த பகுதிகளில் பாலே நடனப் பெண்களைப்போல் நகர்ந்து கொண்டிருந்தன. லக்சர் பிரதேசம் பறவைகளைப் பார்ப்பதற்கு ஏற்ற பிரதேசம் என்பார்கள். என்னிடம் பைனாக்குலர் இல்லாத குறையை அந்தப் பறவைகள் உணரவைத்தன.

நாம் பயணித்த உல்லாசப்படகு லக்சரில் இருந்து தெற்கே அஸ்வான் அணைப்பகுதியை நோக்கிச் சென்றுகொண்டிருந்து. உல்லாசப் பிரயாணிகளின் வருகை குறைந்த காலமானதால் வேறு படகுகளைக் கண்ணுக்கெட்டியதூரம் வரை காணவில்லை. இரண்டு மீனவர்களது சிறிய படகுகள் பாய்மரத்தை விரித்தபடி தெற்கே சென்றன.

இப்படியான மீனவர்களது படகுகள் கடந்த 5000 வருடங்களாக நைல் நதியில் எக்காலத்திலும் தென் திசையை நோக்கி வீசும் காற்றினால் மாற்றமின்றி சென்று கொண்டிருக்கின்றன. எமது உல்லாசப்படகு மோட்டர் இணைத்த வள்ளமொன்றால் இழுத்துச் செல்லப்பட்டதால் எம்மால் அந்த சிறிய பாய்மரப் படகுகளை இலகுவாக கடந்து போக முடிந்தது.

தெற்கில் இருந்து வடக்கே போவதென்றால் பாய்மரத்தை இழுத்து மடித்துவிடவேண்டியதுதான். நதியின் நீரோட்டம் இழுத்துக் கொண்டு செல்லும். இதனால் எகிப்தியர்கள் கடலில் படகு செலுத்தும் திறமையடையவில்லை. இதனாலேயே கிரேக்கர், ரோமர், பிரான்சியர் என எல்லோரும் எகிப்தின்மேல் படையெடுக்க முடிந்தது என்பார்கள் சரித்திர ஆசிரியர்கள்.

குளித்துவிட்டு காலையாகரத்துக்கு மேல்தளத்துக்குச் சென்று அங்கிருந்த புத்தகமொன்றுடன் மிகுதிநேரக் காலைப்பொழுதைக் கழிப்பது என முடிவு செய்தேன். காலை பத்து மணியளவில் எங்கிருந்தோ சிறிய படகு இருட்டில் வந்த அம்புபோல் வந்து எங்கள் பெரிய படகுடன்— சுவரில் நத்தைபோல் ஒட்டிக்கொண்டதை மேல்தளத்தில் இருந்து அவதானித்தோம்.

சிறிது உற்றுப் பார்த்தபோது ஒரு வியாபாரி பல வண்ணவண்ணத் துணிகளுடன் எங்களை நோக்கி வந்து அவற்றை வாங்கும்படி தனது படகில் இருந்தவாறு கூவினான். தற்கால எகிப்து பருத்தி

உடைகளுக்குப் புகழ்பெற்றது. அந்த வியாபாரியின் துணிகளில் பெரும்பாலானவை படுக்கை விரிப்புகளும் எகிப்திய ஆண்கள் அணியும் கணுக்கால்வரையிலான மேலங்கிகளும் ஆகும். படகில் உள்ள மற்றவர்கள் அந்த வியாபாரியுடன் பேரத்தை தொடங்கினாலும் என்னைப் பொறுத்தவரை அந்தத் துணிகள் தேவையற்றது. மேலும் விலையும் அதிகமாக இருந்தது போலத்தோன்றியது.

துணிகளைக் கண்டதும் கண்களை அகலவிரித்தபடி எம்மில் ஒரு கூட்டம் ஆவலுடன் அந்தப் பேரத்தில் பங்குபெற விரும்பியது. எங்களுடன் வந்த பெண்களுடன் பிரான்சியப் பெண்களும் அந்தப் பேரத்தில் சேர்ந்து கொண்டார்கள். வியாபாரி கப்பல் மேல்தளத்திற்கு துணிகளை எறிவதும் இவர்கள் விலைகளைக் கேட்டுவிட்டு வேண்டாம் என மீண்டும் அவனிடம் எறிவதுமாக பிரயோசனமில்லாத பேரம் நடந்தது. வியாபாரம் அவனுக்கும் ஆகவில்லை. எங்கள் எல்லோருக்கும் வெறுத்தும்விட்டது.

இந்த நிலையில் நண்பன் இரவீந்திரராஜின் இளைய மகன் அனுஸ் — இந்தத் துணிகளை அரைவிலையில் வாங்கித்தருகிறேன் எனச் சொல்லிவிட்டு — அந்த வியாபாரியிடம் பத்துத் துணிகள் வாங்குவதாகக் கூறி அவனிடம் விலையைக் கேட்டபோது அவன் அரைவிலையில் தருவதற்கு சம்மதித்தான். நாங்கள் பயணித்த உல்லாசப்படகில் இருந்த பெண்கள் எல்லோரும் தங்களுக்கு விருப்பமான துணிகளுக்கு அனுஸிடம் பணத்தைக் கொடுத்ததும் அந்த வியாபாரி அனுஸிடம் எல்லா ஆடைகளையும் கொடுத்தான்.

சகலரதும் பாராட்டும் அனுஸுக்கு கிடைத்தது.

பெத்தலகேம் நகரத்தில் கிறிஸ்துநாதர் பிறப்பதற்கு கால் நூற்றாண்டுகளின் முன்பாக நடந்த சம்பவம் எகிப்திற்கு மிகவும் முக்கியமானது. 17 வயதே நிரம்பிய எகிப்தின் கடைசி மகாராணி கிளியோபாட்ராவும் மத்திய வயதான ஜூலியஸ் சீசரும் அலெக்சாண்டிரியாவில் இருந்து கிட்டத்தட்ட ஆயிரம் கிலோமீட்டர் தூரம் நைல் நதியில், தெற்கு நோக்கி எங்களைப்போல் உல்லாசப்படகில் இரண்டு மாதங்கள் பயணம் செய்திருக்கிறார்கள். அந்தப் பிரயாணம் எகிப்து என்ற தேசத்தை அடுத்த இரண்டாயிரம் வருடங்களுக்கு பின்தள்ளும் என்பதை யார் நினைத்திருப்பார்கள்?

கிளியோபாட்ரா என்றதும் எலிசபெத் டெயிலர்தான் நமக்கு ஞாபகம் வருவது தவிர்க்க முடியாதது. கிளியோபாட்ராவின் தந்தை தனக்கு வாரிசாக கிளியோபாட்ராவையும் அவனது தம்பியையும் நியமித்து விட்டுச் சென்றதால் இருவருக்கும் இடையில் பதவிப் போட்டி வந்தது. இதனால் எகிப்திய அரசு நிலைகுலைந்தது. ஏற்கனவே கிளியோபாட்ராவின் தந்தை அங்கு நல்லாட்சி நடத்தவில்லை. புளூட் வாசிப்பவர் என மக்களால் குறிப்பிடப்படுபவர். ரோம இராச்சியத்தின் உதவியால் தனது அரசவையை தக்க வைத்துக் கொண்டிருந்தார்.

அக்காலத்தில் எகிப்தின் தலைநகரான அலெக்சாண்டிரியாவின் மொத்த ஜனத்தொகையில் அதிகமாக வாழ்ந்த கிரேக்கர்கள் கிளியோபாட்ராவை எதிர்த்து கிளர்ச்சி செய்தார்கள். அதற்கு முக்கிய காரணம் கிளியோபாட்ரா ரோம சாம்ராச்சியத்தின் ஆதரவாளர் என்பதே.

தேச விஸ்த்தரிப்பில் ரோம இராச்சியம் இருந்த காலம் அது. ரோம சாம்ராச்சியத்திற்கு எகிப்தில் நிலையான ஆட்சி தேவை. ரோமர்களுக்கு, எகிப்தில் விளையும் தானியங்களை ஏற்றுமதி செய்ததன் மூலம் ரோம ராச்சியத்தின் விஸ்தரிப்புக்கு உதவியதுடன் அதன் இராணுவத்தின் உணவு தேவையையும் எகிப்து நிறைவேற்றியது. இதனால் எகிப்தில் அதிகாரப் போட்டியை தவிர்த்து நிலையான ஆட்சியை ஏற்படுத்த ஜூலியஸ் சீசர் அலெக்சாண்டிரியா வருகை தந்தார். இக்காலத்தில் தம்பிக்கு எதிராக படைகளைச் சேர்த்தபடி அரண்மனைக்கு வெளியே இருந்த கிளியோபாட்ரா திருட்டுத்தனமாக உள்ளே கடத்தப்பட்டு கொண்டுவரப்படுகிறார்.

இந்தக் காட்சி கிளியோபாட்ரா படத்தில் அழகாக அமைந்துள்ளது.

கிளியோபாட்ராவை சந்தித்தவுடன் அவளது அழகில், அறிவில் அதிர்ச்சியடைந்த ஜுலியஸ் சீசரை — கிளியோபாட்ரா உல்லாசப் பயணமாக தனது நாட்டைச் சுற்றிக் காட்டுமுகமாகவும், தனது பக்கத்து நியாயங்களை விளக்கும் பொருட்டும் நைல் நதியில் உல்லாசப்படகில் அழைத்துச் செல்கிறாள். அவ்வாறு சென்ற பயணத்தில் பிரமிட் மன்னர்களின் வெளி மற்றும் லக்சர் கர்நாக் கோயில்கள், ஒப்லிஸ்க் என்ற எகிப்திய மகோன்னதமான சின்னங்களைப் பார்க்கும் சீசர் — வியப்பு அடைகிறான். அக்காலத்தில் ரோமில் இப்படியான கட்டடங்கள் எதுவும் இருக்கவில்லை. இதற்கும் மேல் கிளியோபாட்ரா கல்வி கற்று பல மொழிகளில் தேர்ச்சி பெற்ற பெண்ணாக இருப்பதும் சீசருக்கு ஆச்சரியம் கொடுக்கிறது. அக்காலத்தில் ரோமாபுரிப்பெண்கள் கல்வி அறிவற்றவர்களாக இருந்தார்கள்.

இந்த உல்லாசப் பயணத்தில் கிளியோபாட்ரா கர்ப்பமாகிறாள். உலக வரலாற்றின் முக்கிய நிகழ்வுகள் இந்த நைல் நதியில் நடந்து முடிந்திருக்கிறது.

மேல் தளத்தில் மதிய வெயில் கூடியதால் அறைக்கு வந்து ஜன்னல் ஊடாக நைல்நதியின் கரைப்பகுதியைப் பார்த்தேன். ஒரு காலத்தில் கரையெங்கும் வளர்ந்து கிடந்த பாப்பிரசுச் செடிகள் இப்பொழுது தெரிகிறதா என்று கவனித்தேன். அந்தச்செடிகள் தற்காலத்தில் மிகவும் அரிதாகத் தென்படுவதாகக் கூறினார்கள். எமது மூங்கிலை ஒத்த அந்தச்செடிகளின் நீண்ட தண்டுகள் கூராக சீவப்பட்டு ஒன்றாக பரப்பி மரச்சுத்தியலால் அடிக்கப்படும் போது அந்தத் தண்டுகளில் இருக்கும் சாறு வெளியே வந்து வெட்டிய துண்டுகளை ஒன்றாகப்பிணைக்கிறது. வெளியேறும் சாறில் பிசின்தன்மை இருப்பதே அதற்குக்காரணம்.

வெய்யிலில் காயவைத்து எடுக்கும் போது பாப்பிரஸ் பேப்பர் கிடைக்கிறது. இதில் எழுதியபின் சிறிய பாயைப்போல் சுருட்டிவைக்கப்படும். (Scroll) எனப்படும் இந்துப்பாய்களை அக்காலத்தில் எகிப்தில் இருந்து உலகம் முழுக்க அனுப்பிக்கொண்டிருந்தார்கள். மத்தியகிழக்கில் களிமண் தட்டுகளில் எழுதியபோது எகிப்தியர் பாப்பிரஸை பாவித்தார்கள். கிரேக்க காலத்தில் பாப்பிரஸ் வர்த்தகம் அரசாங்கத்தின் உடைமையாக்கப்பட்டதுடன் ஏற்றுமதியும் தடுக்கப்பட்டது. இதனால்தான் புதிய ஏற்பாடு கிரேக்க

மொழியில் எழுதப்பட்டு கிரீசிலும் அலெக்சாண்டிரியாவிலும் மட்டுமே இருந்து.

பைபிள் சில நூற்றாண்டுகளின் பின்புதான் இலத்தீனில் மொழிபெயர்கப்பட்டது. அத்துடன் பெருமை வாய்ந்த அலெக்சாண்ட்ரியா நூலகத்தில் இப்படியான பாப்பிரஸ் சுருள்களே பாதுகாக்கப்பட்டன. இந்த நூலகம் அலெக்சாண்டரின் தளபதியான தொலமியால் உருவாக்கப்பட்டு தொலமியின் மகனால் விரிவாக்கப்பட்டது. இந்தக்காலத்தில் அலெக்சாண்டிரியா துறைமுகத்தில் ஒரு கப்பல் வந்தால் அந்தக் கப்பலில் ஏதாவது பாப்பிரஸ் சுருள் உள்ளதா எனத் தேடப்பட்டு அப்படி இருந்தால் அது மீள்பதிவு செய்யப்பட்டு அலெக்சாண்டிரிய நூலகத்தில் வைக்கப்பட்ட பின்னரே அந்தக் கப்பல் துறைமுகத்தை விட்டு வெளியேற அனுமதிக்கப்படும். இந்த நூலகம் பிற்காலத்தில் எரிந்துவிட்டது.

நாங்கள் கெய்ரோவில் பாப்பிரஸ் தயாரிக்கும் இடத்திற்கும் சென்றோம். அங்கு தயாரிக்கப்பட்ட பாப்பிரஸில் வரைந்த ஓவியங்கள் விலை உயர்ந்தவை. மேலும் வாழைத்தண்டில் போலியாக பாப்பிரஸ் போல் செய்து அப்பாவியாக வரும் உல்லாசப்பிரயாணிகளுக்கு விற்கிறார்கள்.

மத்திய ஆப்பிரிக்காவிலும் எத்தியோப்பியாவிலும் இருந்து பாய்ந்து மூன்று கிளையாறுகள் ஒன்றாகி கடைசியில் எகிப்தூடாக மத்தியகடலில் கலக்கும் நைல் நதியைச் சுற்றி 63 விதமான எகிப்தியர்கள் வாழ்கிறார்கள்

நைல் நதியின் மத்தியில் உள்ள தீவுகளில் வரலாற்றுக்கு முன்னதாக மக்கள் குடியேற்றம் இருந்தது. இதனாலேயே தண்ணீரில் இருந்து உயிர் வந்தது என்பது கருத்தாக்கமாக உருவாகியது. அதைவிட நைல் நதியில் உள்ள முதலைகள், தவளைகள் பிற்காலத்தில் வணக்கத்துக்குரியன என எகிப்தியரால் பார்க்கப்பட்டது.

சூரியக்கடவுள் தினமும் படகில் நைல் நதியில் பயணம் செய்வது போன்ற கர்ணபரம்பரைக் கதைகளும் உள்ளன. மத்தியகாலத்தில் இருந்தே கவிதைகளும் இலக்கியங்களும் நைல் நதி மீது பாடப்பட்டுள்ளது.

எத்தியோப்பிய பீடபூமியான பிரதேசத்தில் பருவக்காற்றின் விளைவாக பெய்யும் மழையால் நைல் நதி கரைபுரண்டு

செந்நிறமாக ஓடும். கரைபுரண்டு ஓடிய இடங்களில் கொண்டு வரப்படும் ஆற்றின் வண்டல் சேறு தாவரங்களுக்குத் தேவையான கனிப்பொருட்களைக் கொண்டுள்ளது. இதனால் மற்றைய நாட்டு விவசாயிகள்போல் வருடாவருடம் பயிர்களுக்கு உரம் தனியாகப் போடத் தேவையில்லை. இதைப்பார்த்த வரலாற்றாசிரியர் — ஹெரொடோடஸ் எகிப்திய விவசாயிகளுக்கு விவசாயம் மிக இலகுவானது — நைல் நதி கரைபுரண்டு ஓடியபின் விதைப்பதும் விளைந்த பின் அறுப்பதும் மிக இலகுவான விவசாயம் எனக்குறிப்பிட்டார். உண்மை அதுவல்ல. நைல் நதி கரைபுரண்டு ஓடும் நாட்களில் குடிசைகள் அழிந்துவிடும். விவசாய நிலங்களின் எல்லைகள் நீரில் கரைந்து விடுவதால் மீண்டும் நிலங்கள் மறுஅளவை செய்யப்பட்டு எல்லைகள் குறிக்கப்படும். எத்தியோப்பியாவில் மழை பொய்த்த நாட்களில் பஞ்சம் பட்டினி ஏற்படும்.

நைல் நதிப்பெருக்கத்தை குறிப்பெடுத்து அதன் மூலம் அதன் பெருகும் காலம் வற்றும் காலத்தை எகிப்தியர்கள் துல்லியமாகக் கணித்தார்கள். இதை மேலும் விரிவாக்கி மாதங்கள் நாட்களாக வருடத்தை கணக்கெடுத்தார்கள். உலகத்திலேயே முதல் நில அளவையாளர்கள் எகிப்தியர்களே. இவர்களுக்கு வருடம்தோறும் நிலத்தை அளந்து குறிக்கும் தேவையிருந்தது.

அரசர்கள் நைல் நதியின் கரைகளில் கிணறு போன்று உருவாக்கி அதில் வரும் நீர் மட்டத்தை கணிப்பார்கள். இதை நைலோ மீட்டர் என்பார்கள். இந்த நைலோ மீட்டரின் நீர்மட்ட அளவை வைத்து விவசாயிகள் வரி செலுத்துவது அரசு அதிகாரிகளால் தீர்மானிக்கப்படும்.

சூடானில் இருந்து எகிப்திற்கு வரும் வழியில் கற்பாறைகளினால் இயற்கையான பல அணைகள் அமைந்து உள்ளன. இப்படியான ஒன்று அஸ்வானில் இருந்தது. தற்போது அந்த இடத்தில் அஸ்வான் அணை அமைந்து நைல் நதியின் நீர்ப்பெருக்கு தடைசெய்யப்பட்டுள்ளது. தற்போது நைல் நதி கரைபுரண்டு ஓடுவதில்லை என்பதால் எகிப்தியர்கள் உரம்போட்டுத்தான் பயிர் வளர்க்கவேண்டும்.

இந்தப் படகுப்பயணத்தில் அடுத்ததாக எமது உல்லாசப்படகு தரிக்குமிடம் ரோமர்களால் நிர்மாணிக்கப்பட்ட எட்பு என்ற கோயில் அமைந்த இடமாகும்.

பாலஸ்தீன-இஸ்ரேலிய முரண்பாடு சகோதர முரண்பாடா?

இரவு உல்லாசப்படகில் பயணம் செய்யும் எங்களுக்கு இசை மற்றும் நடனவிருந்து என்பன எமது பயணமுகவர்களால் ஒழுங்கு செய்யப்பட்டிருக்கிறது என்ற செய்தி வந்ததும் — இரவு உணவிற்குப்பின் அதற்காக ஆவலுடன் காத்திருந்தோம். என் மனத்துள் எகிப்தியப் பெண் ஒருத்தியின் பெலிடான்ஸ் நடந்து கொண்டிருந்தது. அதே நேரத்தில் பாதம்வரை மறைத்த எகிப்திய பெண் தொப்புளை எப்படி காட்டப்போகிறாள் என்ற நினைவுடன் எகிப்திய வெண்ணிறப் பெண்ணா இல்லை, நூபிய பிரதேசத்து சொக்கிளேட் வர்ணப்பெண்ணா என்ற கேள்வியும் நித்தம் படகில் மோதும் நைல் அலைபோல் நினைவில் வந்து மோதியது.

சற்று ஏமாற்றம் தரும்வகையில் எகிப்திய பாரம்பரிய இசைக்கருவிகள் அந்த நிகழ்ச்சியில் இசைக்கப்பட்டன. வீணை மற்றும் பல புல்லாங்குழல்களைச் சேர்த்து உருவாக்கிய இசைக்கருவிகளில் அழகான இசையை உருவாக்கி, இரண்டு மணிநேரம் மனம் குளிர அளித்தார்கள்.

அதன்பின் அரபிய இசைக்கு ஆடுவதற்கு எங்களையும் நடனத்துக்கு அழைத்தனர். பெலிடான்ஸ் இல்லையென்ற ஏமாற்றத்தை அந்த இனிமையான சங்கீதம் மறக்கடித்தது.

பண்டைக்கால எகிப்தியர் தாய்மை, நடனம், காதல் மற்றும் சங்கீதத்திற்கும் ஹத்தோர் (Hathor) என்ற பெண் தெய்வத்தையே வணங்கினர்.

எமது நடனம் முடிந்ததும் "நாங்கள்தான் பெலிடான்ஸ் ஆடவேண்டிவரும்" என்று அந்த நடுநசியில் அறுவையான நகைச்சுவையை உதிர்த்தான் எனது நண்பன் இரவீந்திரராஜ்.

கிறிஸ்துநாதர் சிலுவையில் அறையப்பட்ட பின்பு அவரது போதனைகளைப் பின்பற்றுவது அக்காலத்தில் அவரது சீடர்களுக்கும் மற்றவர்களுக்கும் இலகுவாக இருக்கவில்லை. பல்தெய்வ (Pagan) வழிபாடு கொண்ட ரோம சாம்ராச்சியம் தனது ஆளுகைக்கு உட்பட்ட பிரதேசத்தில் கிறிஸ்தவ மதத்தவர்களை தேசவிரோத சக்திகளாக இனங்கண்டு துன்புறுத்தியது. அக்கால கிறிஸ்தவ மதத்தினர் தங்களது மதவழிபாடுகளை தலைமறைவு அரசியல் இயக்கம்போல் இரகசியமாக நடத்தவேண்டியதாக இருந்தது.

நாலாம் நூற்றாண்டின் ஆரம்ப காலத்தில் நிலைமை மாறியது. யேசுநாதர் பிறந்த பின்பு சரியாக 312 வருடத்தின் பின்னர் ரோம இராச்சியத்தின் உத்தியோக மதமாக கிறிஸ்தவ மதத்தை ரோமனிய சக்கரவர்த்தி கொன்ரான்ரின் பிரகடனம் செய்தார். இதற்கும் அப்பால் 391 இல் தியோடோசியஸ் (Theodosius) காலத்தில் அதற்கும்மேலே சென்று மற்ற மதங்கள் அரச விரோத மதங்களாகப் பிரகடனப்படுத்தப்பட்டது.

ரோமன் ஆட்சியில் இருந்த எகிப்தின் வணக்கத் தலங்கள் எல்லாம் கைவிடப்பட்டு மண்மூடி மறைந்தது மட்டுமல்ல, சில அழிக்கவும்பட்டன.

அக்காலத்தில் அலெக்சாண்ரியாவில் கொப்ரிக் கிறிஸ்துவ மதம்

மிகவும் செல்வாக்காக வளர்ந்தது. பல எகிப்திய வழிபாட்டுத்தலங்கள் கிறிஸ்துவ தேவாலயங்களாகவும், மதகுருமார் தங்கும் இடங்களாகவும் மாறின. இந்த நிலை அரேபியாவில் இருந்து — ஏழாம் நூற்றாண்டில் இஸ்லாம் எகிப்துக்கு வரும்வரையில் நீடித்தது.

இப்பொழுது நாம் நைல் நதிவழியாக செல்லவிருக்கும் இந்த எட்பு (Edfu) கோயில் கிரேக்கர்களான தொலமிகளின் ஆட்சிக்காலத்தில் கட்டப்பட்டிருந்தது.

பல நூற்றாண்டுகளாக மண் மூடியிருந்த கோயில் பதினெட்டாம் நூற்றாண்டில் கண்டுபிடிக்கப்பட்டு பத்தொன்பதாம் நூற்றாண்டில் பிரான்சிய அகழ்வாய்வாளர்களால் வெளிக்கொணரப்பட்டது. இந்த கோயில் எகிப்தின் தென்பகுதியில் உல்லாசப்பிரயாணிகள் செல்லும் முக்கிய இடமாக மாறிவிட்டது.

எட்பு கோயில் நைலின் மேற்குக்கரையில் அமைந்திருக்கிறது. எட்பு நகரம் பண்டைக்காலத்தில் தென் எகிப்தில் தீப்பஸ்க்கு அடுத்த முக்கியமான ஒரு நகரம். கவர்னர்களும் ஆட்சியாளர்களின் பிரதி—நிதிகளும் இங்கிருந்தார்கள். எட்பு நகரம் சரியாக அஸ்வானுக்கும் தீப்பஸ்கும் இடையில் உள்ள மத்திய புள்ளியில் அமைத்திருக்கிறது.

ஏன் இந்தக் கோயில் முக்கியமானது?

பல நாடுகளின் வரலாறு ஐதீகமான கதைகளில் ஏற்பட்ட நம்பிக்கைகளில் வடிவமைக்கப்பட்டிருக்கிறது. நாட்டை

உருவாக்குவதற்கு மட்டுமல்ல தொடர்ச்சியாக மக்களை அரசோடு இணைத்து வைத்திருப்பதற்கும் இவை உதவுகிறது. சீதையை இராவணன் கடத்தியதால் சீதையை மீட்பதற்காக இராமன் இலங்கைமீது போரிட்டது போன்றதுதான் எகிப்திய ஐதீகக் கதையும்.

வரலாற்றுக்கு முன்பாக எகிப்தை ஆண்ட ஓசிரஸ் தெய்வத்தை தம்பியான சேத்(Set) அரசுப் போட்டியின் விளைவாக கபடமாக பிரேத பெட்டியில் வைத்து நைல் நதியில் எறிந்ததும் அதன் பின்பு துண்டுகளாக வெட்டி மீண்டும் நைல் நதியில் எறிந்தபோது ஓசிரஸின் மனைவியான ஐசிஸ் அந்த உடலைமீட்டு உயிர் கொடுத்து ஓசிரஸ் மூலம் குழந்தையைப் பெறுகிறாள். அந்தக் குழந்தையான ஹோரஸ்(Horus) ஆரம்ப காலத்தில் பாதுகாக்கப்பட்டு, பிற்காலத்தில் இளைஞனாகி மாமனாகிய சேத்தை பழிவாங்குவதே எகிப்தின் முக்கிய வரலாற்று ஐதீகம்.

கலைகள், பாடல்கள், ஓவியங்கள், கோயில்கள் என்று பலவிடயங்கள் இந்த ஐதீகக் கதையைச் சுற்றி உருவாக்கப்பட்டிருக்கிறது.

எகிப்தின் ஐதீகக்கதைகளில் முக்கியமான கழுகு முகம் ஹோரஸ் — தனது மாமனாகிய சேத்துடன் போர் புரிந்து வெற்றிகொண்ட இடமாக எட்பு கணிக்கப்படுகிறது.

இந்தப் போரின் வரலாறு கோவில் சுவரில் அழகாக பொறிக்கப்பட்டிருக்கிறது. இந்த இடத்தில் பழைய அரசர்கள் காலத்தில் கோயில் கட்டப்பட்டிருந்தாலும் அந்தக் கட்டடங்கள் சிதைந்து விட்டன. தற்போது உள்ள கட்டடம் கிரேக்க வம்சத்தில் வந்த தொலமி அரசர்களால் கட்டப்பட்டது.

கோயிலின் வாசலில் கழுகு முகம் கொண்ட இரண்டு ஹோரஸ் தெய்வங்கள் கருப்பு கருங்கல்லில் செதுக்கி வைக்கப்பட்டிருக்கிறது. இந்த அமைப்பானது மற்றைய எகிப்திய கோயில்களில் இருந்து வேறுபடுகிறது.

கோயிலின் உட்பகுதிச் சுவர்களில் — — எகிப்திய தெய்வமான ஹோரஸ் — கிரேக்க தொலமிகளின் எதிரிகளை அழிப்பதற்கு எவ்வாறு உதவியது முதலான எகிப்திய வரலாறு மற்றும் ஐதீகம் என்பன — சாதாரணமானவர்களுக்கும் புரியும் முறையில் கோயில் சுவரில் பொறிக்கப்பட்டிருக்கிறது.

எட்டு கோயிலைத் தொடர்ந்து தெற்கு அஸ்வான் அணைப்பகுதியை நோக்கி பிரயாணம் செய்தோம். நாங்கள் சென்ற அஸ்வான் பகுதி ஆதிகாலத்தில் எகிப்தின் தென் எல்லை. அதற்கு தெற்கே இருப்பவர்கள் கருப்பு நிறமானவர்கள். அவர்கள் இருக்கும் பிரதேசம் நூபியா. நூபியர்கள் பலகாலமாக அரசொன்றை உருவாக்காமல் குலக்கூட்டங்களாக வாழ்ந்தார்கள். இவர்களது பிரதேசத்தில் தங்கம், யானைத்தந்தம், புலித்தோல் போன்றவை இருப்பதால் எகிப்திய மன்னர்கள் இவர்கள்மேல் படை எடுத்ததும் இவர்களது நிலங்களையும் சேர்த்து ஆட்சி செய்ததும் வரலாறு. இவர்கள் சிறந்த வில்லாளிகளாக இருந்ததால் எகிப்திய இராணுவத்தில் படைவீரர்களாகவும் இருந்தார்கள். இவர்கள் சில காலத்தில் முழு எகிப்தையும் ஆட்சி செய்தார்கள்.

நைல் நதியோரத்தில் உள்ள இன்னுமொரு முக்கியக் கோயில், பில்லே கோயில் (Philae). எகிப்தின் தென்பகுதியில் உள்ளது. இந்தக் கோயில் ஹோரஸின் தாயாகிய ஐசிஸ் பெயரில் கட்டப்பட்டிருக்கிறது.

பழைய அரசர் காலத்தில் நைல் நதியின் மத்தியில் உருவாகிய பில்லே தீவுத்திடலில் இந்தக் கோயில் உருவாக்கப்பட்டு — பிற்காலத்தில் கிரேக்க தொலமி அரசர்களால் மீளமைக்கப்பட்டதுடன் ஆகஸ்டஸ் சீசரின் காலத்தில் இதில் புதுப்பித்தல் வேலைகள் நடந்திருக்கின்றன.

ஐசிஸ் தெய்வம் உயிர் கொடுக்கும் தாய்த்தெய்வமாக எகிப்தியர், கிரேக்கர் பின்னர் ரோமர்களால் பார்க்கப்பட்டது. கடைசியாக அதிககாலம் இருந்த எகிப்திய வணக்கத்தலம் இதுவாகும். முக்கியமாக நூபியர்கள் வணங்குவதற்காக பல ரோம அரசர்களால் விசேட சலுகையாக அனுமதிக்கப்பட்டிருந்தது. AD550 ஆண்டுகளுக்குப்பின் கிறிஸ்தவ தேவாலயமாக பாவிக்கப்பட்டது.

1898 — 1902 இல் முதலாவது அஸ்வான் அணை பிரித்தானியரால் கட்டப்பட்டபோது உருவாகிய பாரிய நீர்தேக்கத்தால் இந்தத் தீவில் பாதி நீரில் மறைந்தது. பின்பு இரண்டாவது அணை 1960—1971 இல் சோவியத்தின் உதவியால் கட்டப்படும்போது முற்றாக நீரில் மறைந்துபோக இருந்ததால் யுனெஸ்கோவின் உதவியுடன் பில்லே ஆலயத்தின் ஒவ்வொரு கல்லும் அகற்றப்பட்டு அகில்கா (Agilika) என்ற மற்றைய தீவுத்திடலில் மீண்டும் அமைக்கப்பட்டது.

இந்தக் கோயிலுக்கு சிறிய யந்திரப்படகில் சென்றோம்.

வாசலில் மற்றைய கோயில்கள் போல் இரண்டு இராட்சத சுவர்களைக்கொண்ட வாயில்கள். ஆரம்ப வாசலில் இருந்து இருபக்கமும் பாரிய தூண்கள் சித்திர வேலைப்பாடுகளுடன் அமைந்திருந்தது. இரண்டாவது நுழைவாசல் உட்பிரகாரத்தில் — அங்கிருந்து கட்டடத்தின் உச்சிக்கு செல்லும் படிகள் அமைந்திருக்கிறது.

ஐசிஸின் பிரதான கோயிலுக்குப் பக்கத்தில் எகிப்தின் மற்றைய தெய்வமான ஹத்தாருக்கும் இங்கு சிறிய கோவில் உண்டு. இங்கு பல சித்திரங்கள் காணப்படுகின்றன. அதில் ஒன்றில் குரங்கு ஒன்று புல்லாங்குழல் இசைக்கிறது.

ஹத்தார், பசுவின் கொம்புடன் சூரியவட்டம் மற்றும் பாம்பைத் தலையில் தாங்கிவரும் தாய்த்தெய்வம். இது காதல், சங்கீதம், நடனம் மற்றும் பசுக்களுக்கும் பொறுப்பான தெய்வமாகும். ஹத்தார் பிற்காலத்தில் கிரேக்கர்களுக்கு காதல் தெய்வமான அபோடைட்(Aphrodite) மற்றும் ரோமர்களது வீனஸ்(Venus) ஆக கருதப்பட்டது.

கோயிலுக்கு வெளிப்புறத்தில் கிணறு போன்ற நைலோ மீட்டர் கண்டோம். எவ்வளவு உயரத்திற்கு நைல் நதி பெருகுகிறது என்பது கணிக்கப்படுகிறதோ, அந்த அளவு விவசாயிகளுக்கு வரிவிதிக்கப்படும்.

அடுத்து நாங்கள் சென்ற இடம் அஸ்வான் பகுதியாகும். நைல்நதியில் கட்டப்பட்ட இரண்டு அணைகள் இங்கு உள்ளன. ஆரம்பத்தில் பிரித்தானியர்களாலும் பின்பு எகிப்தின் சுதந்திரத்தின் பின்பாக சோவியத்தாலும் ஏழு கிலோ மீட்டர் தெற்கில் கட்டப்பட்டது.

இந்த இரண்டு அணைகளால் நைல் நதியில் ஜுலை மாதத்தில் ஏற்படும் வெள்ளப் பெருக்கு முற்றாக நிறுத்தப்பட்டிருக்கிறது. ஏராளமான மின்சாரம் உருவாக்கப்படுகிறது.

லேக் நாசர் என்ற பெரிய நீர்த்தேக்கமும் உருவாக்கப்பட்டுள்ளது. இதைவிட நைல் நதியின் மத்தியில் பல அழகிய தீவுகள் உள்ளன. இந்தப் பிரதேசத்தில் இரண்டு மணிநேரம் மட்டும்தான் நாங்கள் தங்கினோம். ஆனால் மாதக்கணக்கில் தங்கி இயற்கை அழகை இரசிக்கவேண்டிய இடம் இது.

அஸ்வான் நகரில் நைல் நதியில் சிறியதும் பெரியதுமான பல தீவுத்திடல்கள் உண்டு. அவற்றில் உள்ள முக்கியமான ஒரு தீவு எலிபன்ரைன்(Elephantine). இந்தத்தீவைப்பற்றியும் மிகவும் சுவையான கதையுண்டு.

கிமு 589 இல் பாபிலோனியாவை ஆண்ட பேரரசன் நெபுக்கட்நிசர்(Nebuchadnezzar) யூதேயாவின்மேல் படையெடுத்து தனது அதிகாரத்தில் மன்னனாக ஷெடிகியாவை (King Zedekiah) நியமித்தான். ஆனால் ஷெடிகியா எதிர்ப்புரட்சி செய்தபோது கிமு 587இல் மீண்டும் நெபுக்கட்நிசர் — பாபிலோனியாவில் இருந்து வந்து, யூதேயாவை நிர்மூலமாக்கி யாவோவின் புனிதக் கோயிலை கொளுத்தியதோடு யூதமக்களில் கட்டிடவேலை, தச்சவேலை என தொழில் தெரிந்த மத்திய வகுப்பினரை பாபிலோனுக்கு சிறைஎடுத்துச் சென்றான். இதை யூதர்களின் எக்ஸோடஸ் என்பார்கள்.

இக்காலத்தில் யூதேயர்களுக்கு நட்புநாடாக எகிப்து இருந்ததால் தோற்றுப்போன யூத இராணுவத்தினர் குடும்பமாக எகிப்துக்குச் சென்று இந்த எலிபன்ரைன் தீவில் குடியேறியதாகவும் கூறப்படுகிறது. மீதமுள்ள ஏழை மக்கள் யூதேயாவில் விடப்பட்டனர். எலிபன்ரைன் தீவில் யூதர்கள் வாழ்ந்ததும் அங்கு யூதக்கோயில்கள் கட்டப்பட்டதற்குமான ஆதாரங்கள் மற்றும் பைபிள் குறிப்பும்

உண்டு. பிற்காலத்தில் அந்த யூதமக்கள் எலிபன்ரைன் தீவை விட்டு வெளியேறிவிட்டார்கள்.

சமீபத்தில் ஒரு பேராசிரியர் கூறியது என்னைச் சிந்திக்க வைத்தது.

"பாபிலோனின் படையெடுப்பில் சிதறிய யூத மக்களில், எலிபன்ரைன் தீவில் இருந்து வெளியேறியவர்கள் பிற்காலத்தில் ஐரோப்பாவுக்கு சென்று குடியேறி, பின்பு வட அமெரிக்காவிலும் தற்கால இஸ்ரேலிலும் வசிக்கிறார்கள். பாபிலோனியாவுக்கு கடத்திச் செல்லப்பட்டவர்கள் பிற்காலத்தில் மற்றைய மொசப்பத்தேமியருடன் கலந்து ஒருங்கிணைந்து விட்டார்கள் என்றதுடன் தனித்து யூதேயாவில் விடப்பட்ட ஏழை யூதமக்கள் பிற்காலத்தில் இஸ்லாம் மதத்திற்கு மாறி தற்பொழுது வாழும் பாலஸ்தீனர்களாகிவிட்டனர்."

மேலே சொல்லப்பட்ட அவரது கருத்து உண்மையானால் தற்கால பாலஸ்தீன —இஸ்ரேலிய முரண்பாடு சகோதர முரண்பாடா?

யாவோவின் பத்துக்கட்டளைகள்

நாங்கள் நைல் நதியின் பயணத்தில் கடைசியாக சென்ற இடம் அபுசிம்பல்(Abu Simbel). இது அஸ்வான் அணையில் இருந்து இருநூற்று ஐம்பது கிலோமீட்டர் தெற்கே நூபியாவின் பிரதேசத்தில் உள்ளது. இங்கு இரண்டு கோயில்கள் மலைப்பாறையில் குடைந்து உருவாக்கப்பட்டிருக்கிறது. இரண்டாவது அஸ்வான் அணை கட்டும்போது உருவாகிய லேக் நாசர் என்ற நீர்த்தேக்கத்தால் மூழ்கிவிடவிருந்த இந்தக் கோயில் யுனெஸ்கோ மற்றும் அமெரிக்க உதவியுடன் துண்டு துண்டாக வெட்டப்பட்டு உயரமான இடத்தில் மீண்டும் மீள் உருவாக்கம் செய்யப்பட்டு தற்பொழுது பாதுகாப்பாக செயற்கையான கொன்கிறீட் மலையில் உள்ளது.

அபுசிம்பல் நூபியர்கள் பிரதேசம். அங்கு சென்றதும் எங்களது வழிகாட்டியாக வந்த முகமது

அழகான பன்னிரண்டு வயதான ஆப்பிரிக்க சிறுவனைக்காட்டி இவன் நூபிய சிறுவன் என எனக்கு அறுமுகப்படுத்தினார். கறுத்த சொக்கிலேட் வர்ணத்தில் அழகான வெள்ளை பற்கள் பளிச்சிட அவன் சிரித்தான். அந்தச் சிறுவனது கையில் பல நிறக்கற்களில் செய்த பெண்களுக்கான சங்கிலிகள், காப்புகள் எனப் பலவிதமான ஆபரணங்கள் இருந்தன.

GOD
1: Do not worship any other gods
2: Do not make any idols
3: Do not misuse the name of God
4: Keep the Sabbath holy
MAN
5: Honour your father & mother
6: Do not murder
7: Do not commit adultery
8: Do not steal
9: Do not lie
10: Do not covet

அஸ்வான் அணையினால் தென்புறத்தில் குடியிருந்த இலட்சக்கணக்கான நூபியர்கள் தங்களது பாரம்பரிய நிலத்தை இழந்து விட்டார்கள் என்பதால் — அவர்களில் இவனும் ஒருவன் என நினைத்து நூறு எகிப்திய பவுண்ட்ஸ்களை நான் நீட்டியபோது அவன் அதை வாங்காமல் தன்னிடமிருந்த ஆபரணங்களை என்னிடம் நீடடினான். நான் எனது மனைவியிடம் அவனிடம் அவற்றை வாங்கும்படி கூறிவிட்டு அந்த இடத்தைவிட்டு நகர்ந்தேன்.

இப்படியான அழகிய கோயிலை எதற்காக நூபியர்கள் அந்தப் பிரதேசத்தில் கட்டவேண்டும்? என்ற கேள்வி எழும்போது அதனைக்கட்டிய அரசனது நோக்கம் — வரலாற்றைத் தெரிந்து கொள்ளும்போது அதனது முக்கியத்துவத்தையும் புரிந்து கொள்ள முடியும்.

பத்துக் கட்டளைகள் என்ற படம் அவுஸ்திரேலியாவில் ஒவ்வொரு ஈஸ்டர் விடுமுறை நாட்களிலும் தொலைக்காட்சிகளில் ஒளிபரப்புவார்கள். இந்தப் படம் ஹொலிவூட்டில் 1956இல் தயாரிக்கப்பட்டது. இது ஹொலிவூட்டில் இதுவரை வெளிவந்த பத்து முக்கிய சினிமாக்களில் ஒன்றாகக் கருதப்படுகிறது. இந்தப்

படத்தில் மோசஸ் ஆக சார்ல்ஸ் ஹெஸ்டனும் எகிப்திய அரசனாக யூல் பிரைனரும் வருவார்கள்.

இந்தப்படத்தில் யூல் பிரைனர் நடித்த பாத்திரம் எகிப்திய வரலாற்றில் மகா இராம்சியின் பாத்திரம். பைபிளில் சொல்லப்படாத விடயங்கள் அந்தப்படத்தில் இருந்தாலும் பாத்திரங்கள் காட்சிகள் பைபிளைத் தழுவியபடி எடுக்கப்பட்டுள்ளது.

நமக்குத் தெரிந்த கிரேக்க மாவீரன் அலெக்சாண்டர் போன்றவர்களுக்கு ஆயிரம் வருடங்கள் முன்பு எகிப்தை ஆண்ட மாவீரன் இராம்சி. எகிப்தின் வரலாற்றில் கோயில்களில் சமாதிகளில் எங்கும் நிறைந்திருப்பது அவனது பெயரே. பத்தொன்பதாம் அரசவம்சத்தைச் சேர்ந்த இராம்சி எகிப்தை அறுபத்தியேழு வருடங்கள் அரசாண்டான். இந்த ஆட்சிக்காலம் எகிப்தின் உச்சம் எனலாம்.

உலகத்தின் மிக முக்கியமான வரலாற்றுச் சின்னங்களில் ஒன்றாக பலராலும் கருதப்படும் இந்தக் கற்கோயில் மூன்று எகிப்திய தெய்வங்களுக்கும் (Re-Horakhty, Amun-Re and Ptah) நான்காவதாக இராம்சிக்கும் அர்ப்பணிக்கப்பட்டது. சிறியது எகிப்திய தாய்த் தெய்வமான ஹத்தாருக்கும் (Hathor) இராம்சியின் மனைவியான நெபிரிட்டிக்கும் அர்ப்பணிக்கப்பட்டது.

1813 ஆம் ஆண்டு இந்தக் கோயில்கள் மண்மூடியிருந்தபோது சுவிட்சர்லாந்து ஆராய்ச்சியாளரால் (Jean-Louis Burckhardt) கண்டுபிடிக்கப்பட்டது. இரண்டு கோயில்களிலும் உள்ளே

பொறிக்கப்பட்டிருந்த சித்திரங்கள் இராம்சியின் போர் வரலாறு மற்றும் எகிப்திய தெய்வங்களைப் பற்றியது. இந்தச் சித்திரங்கள் 3000 வருடங்கள் சென்றாலும் மிகவும் தெளிவாகத் தெரிகிறது.

இராம்சி இளம் வயதிலே சிறுவனாக போர்க்களத்தில் போர் நடப்பதைப் பார்த்தும் போர்ப்பயிற்சி பெற்றும் எகிப்தின் அரியணைக்கு தயாராக்கப்பட்டான். அரியணை ஏறிய ஐந்தாம் வருடத்தில் தற்போது சிரியாவில் உள்ள கடிஸ் (Kadesh) என்ற நகரத்தின்மேல் போர் தொடுத்தபோது அந்த நகரம் ஹிற்ரைற் எனப்படும் துருக்கியரின் ஆட்சியில் இருந்தது.

இராம்சியும் 20000 படைவீரர்கள் கொண்ட நாலு படையணி வீரர்களும் அங்கு போருக்குச் செல்கின்றனர். எகிப்திய படைவீரர்கள் தற்போதைய சினாய் பாலஸ்தீனம் அதன்பின் லெபனான் ஊடாக செல்லும்போது முதல்முறையாக பனிபடர்ந்த மலைகளையும் மலர்கள் நிறைந்த பெக்காவேலி(Bekka Valley in Lebanon) போன்ற பிரதேசத்தையும் காணுகிறார்கள். இந்தக் குறிப்புகள் எகிப்தின் பல இடங்களில் உள்ளது.

ஆராச்சியாளர்களது கருத்துப்படி அக்காலத்தில் பதினைந்து கிலோமீட்டரே ஒரு நாளில் போர்வீரர்களால் கடக்க முடியும். கடிஸ் செல்ல 800 கிலோ மீட்டர் கடந்திருக்கிறார்கள். 20000 போர்வீரர்களின் உணவு — தண்ணீர் இதைவிடப் பொதிகளை சுமக்கும் குதிரை கழுதை போன்றவற்றின் உணவுத் தேவை என்பது இக்காலத்திலும் நினைத்துப் பார்க்க முடியாத விடயமாகிறது.

ஹிற்ரைற் மன்னரான முவராலிஸின் (Muwatallis) உளவாளிகள் பெக்காவேலிப்பகுதியில் சாதாரணமானவர்களைப்போல் இராம்சியைச் சந்தித்து ‘ஹிற்ரைற் மன்னர் உங்களைக் கண்டதும் ஓடி ஒளிந்துவிட்டார்’ என்றார்கள். இந்தச் செய்தியை உண்மையென நம்பி ஒரு படையணியுடன் மட்டும் சென்று இராம்சி முகாமிட்டு நின்றபோது — பின்பகுதியில் ஹிற்ரைற் படைகளால் இராம்சியும் படைகளும் தாக்கப்பட்டன.

இராம்சி எதிர்த்துப் போரிட்டு தாக்குதலைத் தடுத்தபோது போர் சமநிலைக்கு வருகிறது. ஹிற்ரைற் மன்னர் சமாதான ஒப்பந்தம் வேண்டியபோது இராம்சி மறுத்துவிட்டு போர்நிறுத்தம் மட்டும் செய்கிறர். இந்தப்போரின் காட்சிகள் அபுசிம்பல் கோயிலின் உள்ளே விரிவாக சித்திரமாக்கப்பட்டுள்ளது.

அபுசிம்பல் மலைக்கோயில் முகப்பில் இராம்சியின் 67 அடி உயரமான நான்கு இராட்சத சிலைகள் உள்ளன. இதில் ஒன்றில் இராம்சியின் தலை உடைந்துவிட்டது. இந்த சிலைகளின் இடையில் சூரியக்கடவுள் உள்ளது. இராம்சியின் காலடியில் எகிப்தின் எதிரிகளான நூபிர், லிபியர் மற்றும் ஹிற்ரைற் சிலையாக உள்ளார்கள்.

இராம்சியின் இரண்டு சிலைகளுக்கு இடையே புகுந்து மலையில் குடைந்த அந்த கோயிலுக்குள் செல்லும்போது உள்ளே உள்ள காட்சிகள் அரசியல் முக்கியத்துவம் வாய்ந்தன. இராம்சி எதிரிகளை கொல்வதும் ஒரு சித்திரமாக இருக்கிறது. அதேபோல் இரதத்தில் பூட்டியுள்ள குதிரையின் இரு சேணக்கயிறுகளை இடுப்பில் கட்டியபடி இடுப்பை அசைத்து இரதத்தைச் செலுத்தியபடி எதிரிகளுடன் போரிடுவது முதலான காட்சிகள் எதிரிகளுக்கு பயத்தை உருவாக்கும். 1274 BC ஹிற்ரைற் உடன் நடந்த போரின் பல காட்சிகளோடு இராம்சி, ஆமுன் தெய்வத்தின் துணையுடன் தனியாக போரிடும் காட்சிகள் பல உண்டு. பண்டைய வரலாற்றில் இந்தப் போரின் காட்சிகள்போல் எதுவும் பதிவு பண்ணப்படவில்லை என்பது சரித்திர ஆசிரியர்களின் கணிப்பாகும்.

சிறிய கோயிலில் மகா இராம்சியின் மனைவியை எகிப்திய தெய்வங்கள் ஆசிர்வதிப்பதான சித்திரங்கள் உண்டு. இந்தக் கோயிலில் — நெபிரிட்டி — இவளுக்காகவே சூரியன் ஒவ்வொரு நாளும் உதயமாகிறான் என எழுதப்பட்டிருப்பதில் இருந்து இராம்சி மனைவியை எவ்வளவு நேசித்தான் என்பது புலப்படுகிறது.

அபுசிம்பல் இராம்சியின் அரசாட்சியில் இருபதாவது வருடத்தில் கட்டி முடிக்கப்பட்டது. 67 வருடங்கள் எகிப்தை ஆண்ட இராம்சி பிற்காலத்தில் படையெடுப்பு எதுவும் நடத்தாமல் கோயில், சமாதி என்பவற்றைக் கட்டுவதில் அமைதியாக இருந்ததற்கு பல காரணங்கள் கூறப்படுகிறது. நெபிரிட்டி இறந்து சிலகாலத்தில் பட்டத்துக்கு வாரிசான தலைமகன் இறந்தபிறகு, இராம்சியின் பல குழந்தைகள் இறந்து விடுகின்றன.

ஹிற்ரைற் உடனான போரில் சமாதான ஒப்பந்தம் எழுத மறுத்து போர்நிறுத்தம் செய்துவிட்டு வந்த இராம்சி தனது அரசாட்சியின் 21ஆவது வருடத்தில் ஹிற்ரைற் அரசுடன் சமாதான ஒப்பந்தம் எழுதிக் கொள்கிறார். இந்த ஒப்பந்தம் இரு நாடுகள் ஒருவருக்காக ஒருவர் போர் புரிவதும் வர்த்தகம் செய்து கொள்வதும் என

மிக விரிவாக வரலாற்றில் எழுதப்பட்ட முதலாவது தேசங்களின் ஒப்பந்தமாகும். இந்த ஒப்பந்தம் வெள்ளித்தட்டில் எழுதப்பட்டது. இதனது பிரதி அபுசிம்பலில் உள்ளது. இராம்சி தனது 34ஆம் வயதில் ஹிற்ரைற் இளவரசியை மணம் செய்துகொள்கிறார். அதைவிட அந்த இளவரசி கொண்டு வந்த சீதனப் பொருட்களின் விபரம் எழுத்தில் உள்ளது.

இராம்சியின் தலைப்பிள்ளை விவிலியத்தில் சொல்லப்பட்டிருப்பது போல் இறந்திருக்கலாம் என்ற கணிப்பை ஆராய விவிலியத்தை கொஞ்சம் பார்ப்போம்.

விவிலியம் — எக்ஸோடஸ்.

ஆபிரகாமின் வழிவந்த மதங்களான யூதம், கிறிஸ்தவம், இஸ்லாம் என்ற மூன்று மதங்களுக்கும் முக்கியமானவர் மோசஸ். பத்துக்கட்டளைகள் என்ற சாசனத்தை யாவோவிடம் பெற்று யூதர்களுக்கு கொடுத்தது மட்டுமல்ல வேதாகமத்தின் பழைய ஏற்பாட்டில் முக்கியப் பகுதிகளான ஜெனசிஸ்(Genesis), எக்ஸோடஸ்(Exodus) என்ற இரண்டும் மோசஸால் எழுதப்பட்டது என்கிறார்கள்.

இப்படி முக்கியமான மோசஸோடு சம்பந்தப்படுத்தப்படும் எகிப்திய அரசன், மகா இராம்சி. இதனாலேயே எகிப்திய வரலாறு வேதாகமத்துடன் பின்னிப்பிணைந்து வருகிறது.

நான் முன்பு சொன்னபடி எகிப்தில் ஜேக்கப்பினது மகன் யோசப் பிரதமராக இருந்த வரலாறு பார்த்தோம். யோசப்பின் சகோதரர்கள் எகிப்தில் வாழ்ந்தகாலத்தில் யூத மக்களின் எண்ணிக்கையை நைல் நதியின் கழிமுகப் பிரதேசத்தில் பல்கிப் பெருக்கியதால் யூதர்களால் பிரச்சனை ஏற்படலாம்; முக்கியமாக எதிரிகள் படையெடுப்பில் யூதர்கள் அவர்களுடன் சேரலாம் என எகிப்திய மன்னன் பயந்து யூதர்களின் ஆண்பிள்ளைகளை கொலை செய்யும்படியும் உத்தரவிடுகிறன். இந்த எகிப்திய மன்னன் மகா இராம்சியின் தந்தையான சேத் என பைபிள் ஆராய்ச்சியாளர்கள் முடிவுகட்டி இருக்கிறார்கள்.

இதற்குப் பயந்து மூன்று மாதக் குழந்தை மோசஸை நைல் நதியில் பாப்பிரசுக் கூடையில் வைத்து மிதக்க விடுகிறாள் மோசஸின் தாய். வேதாகமத்தின் பிரகாரம் அந்தக்கூடை தார் பிசின் போன்ற பதார்த்தத்தால் பூசப்பட்டு நீர் உட்செல்லாமல்

நைல் நதியில் அரசகுடும்பத்துப் பெண்களின் குளித்துறைக்கு மிதந்தபடி செல்கிறது.

அங்கே குழந்தை மோசஸ், கருணையுள்ளம் கொண்ட எகிப்திய மன்னனின் தங்கையால் கண்டெடுக்கப்படுகிறது. யூதக்குழந்தை எனத்தெரிந்தும் அரண்மனையில் வளர்க்கப்படுகிறது. வளர்ந்த இளைஞனாகிய மோசஸ் அடிமைகளைத் துன்புறுத்திய எகிப்தியனைக் கொன்ற விடயம் வெளியே தெரிந்துவிடும் என்ற அச்சத்தில் அரண்மனையை மட்டுமல்ல எகிப்தையே விட்டு வெளியேறிவிடுகிறார்.

மிடியன்(Midian) என்ற நகரத்தில் மதகுருவின் மகளை மணம்செய்து குழந்தையுடன் இருந்த மோசஸை யாவோ அழைத்து எகிப்தில் அடிமையாக இருந்த யூதர்களை மீட்கும்படி பணிக்கிறார். மோசஸ் மிகவும் தயக்கத்துடன் எகிப்திய அரசனிடம் சென்று யூதர்களுக்கு பாலைவனத்தில் நடக்கும் ஒரு திருவிழாவிற்குச் செல்ல விடுமுறை அளிக்கும்படி கேட்டபோது அரசன் மறுத்ததுடன் மேலும் யூதமக்கள்மீது வேலைப்பளுவை அதிகரிக்கிறான்.

மீண்டும் யாவோவின் கட்டளைப்படி யூத மக்களை விடுவிக்கும்படி மோசஸ் கேட்டபோது எகிப்திய அரசன் மறுத்ததால் யாவோவின் சித்தத்தால் மோசஸால் எகிப்தில் பல தீயவிடயங்கள் நடைபெறுகிறது.

அவையாவன:— நைல் இரத்தமாக ஓடுகிறது. எகிப்தெங்கும் தவளைகள் பூச்சிகள் வெட்டுக்கிளிகள் பெருகுகின்றன. மனிதர்களையும் மிருகங்களையும் நோய்கள் தாக்குகின்றன. ஆடு மாடுகளுக்கு நோய் பீடிக்கிறது. எகிப்தில் பனிக்கட்டி மழை புயல்காற்று அடித்தும் பயிர்கள் நாசமாகிறது. நாடு இருளில் மூழ்குகிறது.

இப்படி ஒன்பது வகையான தீயவிடயங்களுக்கு அசைந்து கொடுக்காத எகிப்திய மன்னன் கடைசியாக எகிப்தில் தனது தலைப்பிள்ளையில் இருந்து எகிப்தியர்கள் எல்லோரதது தலைப்பிள்ளைகளும் சாத்தானின் வருகையால் இறந்தபோது மட்டுமே யூதர்களை அந்த இரவில் வெளியேற அனுமதிக்கிறான். அன்றைய இரவு யூதர்கள் தங்களது வீடுகளின் கதவு நிலைகளில் செம்மறியின் இரத்தத்தைப் பூசி சாத்தானிடம் இருந்து பாதுகாத்துக் கொள்கிறார்கள். இந்த நாளே பாஸ்ஓவர் நாள் எனப்படும்.

இந்த தினத்தில்தான் யேசுநாதர் தனது சீடர்களுடன் கடைசி

விருந்தாக உணவுண்டு மகிழ்ந்தார். வேதாகமத்தின்படி 430 வருடங்கள் யூதர்கள் எகிப்தில் அடிமையாக இருந்தார்கள்.

இந்த வேதாகமத்தில் சொல்லப்படும் யூதர்களின் வெளியேற்றத்திற்கு எகிப்திய புதைபொருள் ஆய்வுகளில் எந்த அகழ்வு ஆதாரமும் இல்லை. மேலும் 600000 ஆண்கள் எகிப்தில் இருந்து வெளியேறியதாக வேதாகமம் சொல்கிறது. அப்படியானால் பெண்கள் குழந்தைகளின் தொகை எவ்வளவு?

அக்கால எகிப்தின் மொத்த அளவே ஒரு மில்லியன் தான் இருக்கலாம் என்கிறார்கள்.

வேதாகமம் பொய்யா?

எக்காலத்திலும் தோல்விகளையும் இறப்புகளையும் எகிப்தியர்கள் பதிவு செய்து கொள்வதில்லை. ஆனால் வேதாகமத்தில் சொல்லப்பட்டபடி இந்த யூதமக்கள் பண்டசாலையை கட்டினார்கள். அவை கட்டப்பட்ட இடம் பித்தோம் (Pithom) இராமஸ் (Ramses). இதைவிட மோசஸின் பெயர் எகிப்திய பெயர் என்கிறார்கள். இதற்கு அப்பால் இராம்சியின் மூத்தமகன் இறப்பதும் பிற்காலத்தில் இராம்சி எந்தவித படையெடுப்பிலும் ஈடுபடாததையும் வைத்து வேதாகமத்தில் கூறப்பட்டதுபோல் பெரிய சம்பவம் இல்லாவிடிலும் சிறிய அளவில் யூதர்கள் எகிப்தில் இருந்து வெளியேறி இருக்கலாம் என்கிறார்கள். இராம்சி வெளிநாட்டவர் படையெடுப்பை தடுப்பதற்காக தலைநகரையும் படைகளையும் நைல் நதியின் கழிமுகப்பகுதியில் வைத்திருப்பதற்காக பெரிய கட்டடங்கள் கட்டியதாக எகிப்திய வரலாறு கூறுகிறது. நைல் நதியில் கழி முகத்தில் செங்கல்லில் கட்டப்பட்ட பிற்கால கட்டடங்கள் நைல் நதியின் நீர்க்கசிவால் அழிந்துவிட்டன.

எகிப்திய வரலாற்றை நாம் அறிவதற்கு துணை புரிந்தது பாலைவன மணலும் ஈரப்பதமற்ற எகிப்திய காலநிலையுமாகும். வேதாகமத்தில் உள்ளது சிறிது உண்மை கலந்த வரலாற்றுப் புனைவாக இருக்கலாம் என பலர் கருதுகிறார்கள்.

அபுசிம்பலில் இருந்து மீண்டும் லக்சருக்கு வந்தும் எமது சக பிரயாணிகளாகிப் பின்னர் பயண நண்பர்களாகிய அமெரிக்க — பிரான்ஸ் நாட்டவர்களுக்கு விடைகொடுத்துவிட்டு விமானத்தில் கெய்ரோ வந்து சேர்ந்தோம்.

எகிப்திய மம்மிகள்

கெய்ரோவிற்கு திரும்பி எங்கள் மரியற் ஹோட்டலுக்குச் சென்றபோது இரவாகியது. அன்றய தினம் ஹோட்டல் உணவகத்தில் அரேபிய சங்கீதம் ஒலித்தது. இரவு உணவுக்குப் பின்னர் மரியட்டில் உள்ள கசினோவிற்கு சென்று சிறிதளவு பணத்தை வைத்து அங்குள்ள மெசினில் விளையாடியபோது நூறு டொலருக்கு மேல் கிடைத்தது. ஆனால் அந்தப் பணத்தை எப்படி எடுப்பது என்று தெரியவில்லை. அப்பொழுது ஐம்பது வயதான அரேபிய சூடானியர் ஒருவர் வந்து உதவி செய்தார். அவருடன் பேசியபோது எகிப்திற்கு லொரி ஓட்டிவந்ததாகக் கூறினார். உரையாடலின்போது “இஸ்லாமியராக இருக்கும் நீங்கள் எப்படி கசினோவுக்கு வந்தீர்கள்?” எனக்கேட்டேன்.

சிரித்துவிட்டு அவர் சொன்ன பதில் ஆச்சரியமானது. “மற்றவர்கள் பணத்தை தொலைப்பதைப் பார்த்து இரசிக்க வந்தேன்” என்றார்.

"எத்தனை பிள்ளைகள்?"

"பதினொன்று" என்றபோது அவரது முகத்தில் பெருமை தெரிந்தது.

அப்பொழுது எனது நண்பன் இரவீந்திரராஜ் ஐம்பது டொலரை பிளாக் ஜக் என்ற விளையாட்டில் தொலைத்துவிட்டு சோகத்துடன் வந்தான். இப்பொழுது எனது கையில் நிகர இலாபமாக எழுபத்தைந்து டொலர் உள்ளது.

"உன்பாடு எப்படி" என்றான் நண்பன்.

"பரவாயில்லை" என்று சொல்லிவிட்டு அந்த சூடானியரை அவனுக்கு அறிமுகப்படுத்தியபின்பு, மீண்டும் அந்த சூடானியரிடம் "கசினோவில் விளையாட ஆசையா?" எனக்கேட்டேன். அதற்கு அவரிடமிருந்து மீண்டும் சிரிப்பு வந்தது

அவரது கையில் ஐம்பது டொலரை வைத்து "விளையாடுங்கள்" எனக்கூறிவிட்டு வெளியே வந்தேன்.

"என்னடா உனக்கு விசரா?" என்றான் நண்பன்.

"இந்த சூடானியர் இஸ்லாமியாராக அந்த காசோடு எழுந்து செல்வாரா அல்லது சாதாரண மனிதனாக அதை மெசினில் போடுவாரா? எனப்பார்க்க விரும்பினேன்" என்றேன்.

அவர் மெசினில் பணம் போடும் சத்தம் அங்கிருந்து வெளியேறும் எமக்குக் கேட்டது.

மறுநாள் கெய்ரோ மியூசியத்திற்குச் சென்றோம். இந்த மியூசியத்தின் ஒருபக்கத்தில் இருப்பது தாகிர்(Tahir) மைதானம். இங்குதான் தொடர்ச்சியாக எகிப்தை ஆண்ட முபாரக் அரசுக்கும் பின் வந்த இஸ்லாமிய அரசுக்கும் எதிரான அரசியல் போராட்டங்கள் பிரதி வெள்ளிக்கிழமையும் நடந்தது. நாங்கள் சென்ற காலத்தில் இஸ்லாமிய அரசு ஆட்சி செய்தது. கடந்த வெள்ளிக்கிழமையன்று மியூசியம் செல்லாமல் தவிர்ப்பதற்காக லக்சர் நகரத்திற்கு நாங்கள் சென்றோம். இன்று திங்கட்கிழமையானதால் கெய்ரோ அமைதியாக இருந்தது.

மியூசியத்திற்கு எதிரில் இருந்த பல மாடிக்கட்டடம் தீயில் கருகியிருந்தது. அதன் ஜன்னல்கள் சுவர்களுடன் அவலமாக காட்சியளித்தது. அதைப்பற்றி எமது பக்கத்தில் நின்ற ஒருவரிடம் கேட்டபோது, இதுதான் முன்னாள் அதிபர் முபாரக்கின் கட்சி அலுவலகம் என்றார். இப்பொழுது கண்காணாத இடத்தில் முபாரக் சிறையில் இருக்கிறார்.

எனக்குப் பலகாலமாக ஒரு விடயம் புதிராக இருந்தது. ஒவ்வொரு முறையும் எகிப்திய ஜனாதிபதி முபாரக், தேர்தலில் வெல்லும்போது 98 அல்லது 99 வீதமான வாக்குகளில் வெற்றி பெறுவார். பிற்காலத்தில்தான் அந்த வாக்களிப்பு முறையை புரிந்துகொண்டேன். அதாவது அவர் ஒருவரே வேட்பாளராக இருப்பார். அவருக்கு சாதகமாகவோ அல்லது எதிராகவோ மட்டுமே வாக்களிக்கலாம். அப்போது ஒன்பது பேர் அவருக்குப் புள்ளியிட்டுவிட்டு ஒருவர் அவருக்கு எதிராகப் புள்ளியிட்டால் அவர் 90 வீதமான வாக்குகளில் ஜனாதிபதியாவார். அதேநேரத்தில் நாலு கோடிமக்கள் வாக்களிக்காமல் வீட்டில் இருந்துவிடுவார்கள்.

வரலாற்றில் ஓரங்கட்டி விடப்பட்ட கட்சியும் அவர்களது அந்த கருகிய கட்டடமும் மியூசியத்திற்கு அருகே இருப்பது பொருத்தமானதுதான் என நினைத்துக்கொண்டேன்.

மியூசியத்தைப் பார்க்கக் கிடைத்த சிலமணி நேரம் போதாது என்பதால் மம்மிகள் இருக்கும் இடத்தையும் பார்வையிட்டு துட்டன்காமனது பகுதியிலும் அதிகநேரத்தை செலவிடுவது என தீர்மானித்தேன்.

மன்னர்களின் சமவெளியில் துட்டன்காமனது மம்மி மட்டும் வைக்கப்பட்டிருந்தது. மற்ற அரச மம்மிகள் எல்லாம் பாதுகாப்பிற்காக கெய்ரோ மியூசியத்தில் வைக்கப்பட்டிருந்தது.

மியூசியத்தில் கிட்டத்தட்ட அறுபதுக்கும் மேற்பட்ட மம்மிகள் வைக்கப்பட்டிருந்தன. பெரும்பாலானவை அரசவம்சத்தினர்களுடையவை. அவர்களது இருகைகளும் நெஞ்சில் வைக்கப்பட்டிருக்கும். ஹொலிவூட் படங்களில் சமாதிகளையும் மம்மிகளையும் பற்றிய விடயங்கள் கட்டுக்கதைகளாக என் மனதில் நொருங்கியது. மம்மிகள் ஒருவிதத்தில் மீனைக் காயவைத்து கருவாடாக்குவதற்கு ஒப்பானது. மனிதனை கருவாடாக்கும் தொழில்முறைதான் அந்த மம்மிகள்.

எனக்கு ஆதர்சமான இராம்சியின் மம்மியைப் பார்த்தேன்.

மகாராஜாக்கள் மற்ற நாடுகளுக்கு விஜயம் செய்வது போல் சகலமரியாதையுடனும் மகா இராம்சியின் மம்மி பிரான்ஸ் நாட்டுக்கு சென்று வந்தது.

எப்படி எதற்காக?

1080—945 BCஇல் எகிப்து இரண்டாகப் பிரிந்து இரண்டு அரசர்கள் அரசாண்டபோது சமாதிகளை அரசால் பாதுகாக்க முடியவில்லை. இதனால் சமாதிகளைக் கொள்ளையடிக்கும் திருடர்களிடம் இருந்து அரச மம்மிகளைப் பாதுகாக்கும் பொருட்டு, அக்காலத்தில் தீப்ஸஸை ஆண்ட மதகுருமார் வம்சத்தில் வந்த அரசன் அரச மம்மிகளை ஒன்றாக்கி ஒரே சமாதியில் வைத்தான். இந்த சமாதியில் 1898 இல் பல மம்மிகள் கண்டெடுக்கப்பட்டு ஒன்றாக்கப்பட்டாலும் அவை ஒழுங்காக பாதுகாக்கப்படவில்லை.

மம்மிகள் சிலைகள் அல்ல. சேதனப்பொருட்களாலானவையாதலால் கெட்டுப்போகும் தன்மையுள்ளது . 1976இல் மகா இராம்சியின் மம்மி பூஞ்சணம் பிடித்ததால் அந்த பூஞ்சணங்களை அகற்ற பாரிசுக்கு எடுத்துச் செல்லப்பட்டது. அங்கு கதிரியக்கத்தால் பூஞ்சணங்கள் அகற்றப்பட்டு சுத்தமாக்கப்பட்டது.

அக்காலத்தில் இராம்சியின் கீழ்தாடை எலும்பில் பாரிய ஓட்டை கண்டுபிடிக்கப்பட்டது. வாழும் காலத்தில் அந்தத் தாடை சீழ்பிடித்திருந்ததுடன் மிகவும் துன்பத்தையும் வலியையும் கொடுத்திருக்க வேண்டும் என்பதை ஊகிக்க முடியும்.

எகிப்தில் பல் வியாதி மிகவும் பொதுவாக பலரை பாதித்திருக்கும். அவர்கள் பாலைவனத்து மண்கலந்த சோள மாவு ரொட்டியை சாப்பிட்டதால் அந்தப்பாதிப்பு ஏற்படுகிறது. இராம்சியை மம்மியாக செய்தவர்கள் இதயத்தை மார்பின் வலது பக்கத்தில் வைத்து தங்க நூலால் தைத்திருந்தார்கள். மேலும் அந்த இதயத்தில் இரத்தக்குழாய்களில் அடைப்பு ஏற்பட்டு ஆத்திரோகிளிரோசிஸ் நோய் பீடித்திருந்தது என பிரான்சில் கண்டுபிடிக்கப்பட்டது.

சாதாரண மக்கள் கெய்ரோ மியூசியத்துக்குச் செல்வது இந்த மம்மிகளைப் பார்ப்பதற்கே. 3000 — 4000 வருடங்களுக்கு முன்னர் இருந்த மனிதர்கள் எப்படி இருந்தார்கள் என்பதை மம்மிகள் விளக்குகிறது. அவர்களது உடைகள் முகபாவங்கள் — தலை

மயிர் என்பனவற்றை புரிந்துகொள்ள முடிகிறது. பல அரசர்களது தாடையில் பற்களில் சூத்தை இருந்தது. மகா இராம்சியின் தலைமயிர் செம்பட்டையானது.

எகிப்திய நாட்டிற்கே தனித்துவமான இந்த மம்மிகளை எப்படி உருவாக்குவது என்பதை எகிப்தியர்கள் எந்த பாப்பிரசிலும் எழுதவில்லை. சாதாரண கிராம வாழ்க்கையை சமாதிகளிலும் கோவில்களிலும் எழுதிவைத்தவர்கள் — இதைமட்டும் விட்டுவிட்டார்கள். காரணம் — அவை இந்தத் தொழில் செய்பவர்களது குடும்ப வியாபார இரகசியம் போன்றது. அந்த இரகசியம் ஒவ்வொரு தலைமுறையிலும் பாதுகாக்கப்பட்டு நகர்த்தப்பட்டது.

அப்படியானால் தற்போது எப்படி அறிந்து கொள்ள முடிந்தது? என்ற கேள்வி எழும்.

ரோமரது (அகஸ்ரஸ் சீசர்) ஆட்சியில் வாழ்ந்து மம்மியாக்கப்பட்ட எகிப்திய கணவன் — மனைவி மம்மிகளின் பிரேதப் பெட்டியில் சில பாப்பிரஸ் குறிப்புகள் கண்டெடுக்கப்பட்டன. உறவினர்கள் இறந்தவுடன் துக்கம் அனுஷ்டித்தபின்பு நைல்நதியின் மேற்குக் கரைக்கு சடலம் கொண்டு வரப்பட்டு மம்மிகள் உருவாக்குபவர்களிடம் கையளிக்கப்படும். 35 நாட்கள் பிரேதம் நேற்றன் (உப்பும் பேக்கிஸ்சோடாவும் கலந்தது) என்ற தூளில் வைக்கப்பட்டு உடலின் நீர்த்தன்மை அகற்றப்படும். அதன்பின்பு லினன் துணியால் சுத்தப்பட்டு ஏழுவிதமான வாசனைத்திரவியங்களால் நனைக்கப்பட்டு பின்பு 70 நாட்களில் சமாதிக்கு கொண்டு செல்லவேண்டும் என எழுதப்பட்டு இருந்தது.

முன்னைய எகிப்தில் பல தொழில்களுக்குமென தனியான தெய்வங்கள் இருந்தன. மம்மியாக்கத்தின் தெய்வமாக ஓநாய் தலையுள்ள அனுபிஸ் (Anubis) இருந்தது. அனுபிஸ் இறந்தவர்களின் பயணத்தின் வழிகாட்டியாக கருதப்படுகிறது. அத்துடன் மம்மியாக்கம் செய்பவர்களின் தெய்வமாக இருந்து வருகிறது. இந்த மம்மியாக்கத்தில் ஈடுபடுகிறவர்கள் பிற்காலத்தில் இந்தச் சமாதியை பாதுகாக்கிறவர்களாகிறார்கள். தனிப்பட்டவர்களது தொழில்போல் அல்லாமல் குடும்பங்களின் தொழிலாக இந்த மம்மியாக்கம் இருந்துவந்தது.

இதைவிட 4ஆம் நூற்றாண்டில் கிரேக்க வரலாற்று ஆசிரியரான ஹெரொடோடஸ் எழுத்துகளில் இருந்து அறிந்து கொள்ளப்பட்டவை:

அரசர்களதும் அரசவைப் பிரபுக்களதும் — உடலை மம்மியாக்கத்திற்கு கொண்டுவந்தால் — கொண்டுவந்தவர்களின் பொருளாதார வசதிக்கேற்ப அவை தரம்பிரித்து தெரிவுசெய்யப்பட்டு மம்மியாக்கம் செய்யப்படும்.

உடல் அமைப்பைத் தெரிந்தவர் வயிற்றின் இடதுபக்கத்தில் கோடு போட்டதும் அந்த இடத்தில் கூரிய எத்தியோப்பிய கல்லால் வெட்டி உள்ளூறுப்புக்கள் எடுக்கப்படும். கல்லீரல், இரைப்பை, குடல், சிறுநீரகம் என்பன நான்கு பளிங்கு ஜாடிகளில் வைக்கப்படும். வயிற்றுப்பகுதியை வாசனைத்திரவியங்களால் கழுவியபின்பு மீண்டும் வெட்டிய இடம் தைக்கப்படும். மூளையில் கொக்கிவடிவமான கம்பியை போட்டு குடைந்து மூளை முழுவதையும் கூழாக்கியபின்பு அந்த மூளை மூக்குவழியாக வெளியே எடுக்கப்படும். அதன்பின்பு அதே கம்பியால் மூளையை லினன் கொண்டு சுத்தப்படுத்துவார்கள். இதயத்தை எடுப்பதில்லை. காரணம் இதயமே நினைவுகளை சுமப்பது என்று எகிப்தியர்கள் நம்பினார்கள். இதன் பின்பே உடல் நேற்றனில் மூடிவைக்கப்படும். நேற்றனில் 35 நாட்கள் வைத்து பின்பு துணியால் சுற்றும்போது இறந்தவரது படுக்கைவிரிப்பே இதற்குப் பயன்படுத்தப்படும். 70 நாட்களில் பல சடங்குகள் நடத்தி துக்கம் அனுசரித்த பின்பு சமாதியில் வைத்து மூடப்படும்.

3000 வருடங்களாக எகிப்தியர் மம்மியாக்கம் செய்யும்போது அவர்களது தொழில்நுட்பத்தில் மாற்றம் ஏற்படுகிறது. பழைய அரசர்களது காலத்தில் மம்மியாக்கம் நன்றாக செய்யப்படவில்லை. உடலை சேலையால் சுற்றி அதன்மேல் பிளாஸ்டர் போன்று பூசி முகத்தில் வர்ணத்தைப் பூசுவார்கள். ஆரம்பத்தில் மம்மி சிலைபோல் தோற்றமளிக்கும். பிற்காலத்தில் உடல் உருக்குலைந்து எலும்புகள் மட்டும்தான் சிலையின் அடியில் மிஞ்சும்.

பிற்காலத்தில் மம்மியாக்கத்தில் புதிய தொழில் நுட்பங்கள் புகுத்தப்பட்டு நவீனமடைந்தது. 8ஆம் அரசவம்சத்தினரது காலத்தில் மூளை மண்டையோட்டுக்குள் இருந்து அகற்றப்பட்டது. பிற்காலத்தில் வயிற்றுப்புறத்தில் இருந்து உள்ளூறுப்புகள் அகற்றும்முறை தொடங்கியது.

21 ஆம் அரசவம்சத்தினர் திருடர்களிடம் இருந்து அரச

மம்மிகளைப் பாதுகாப்பதற்காக — அவைகளை புதிய சமாதிக்குள் ஒன்றாக சேர்க்க முயன்றபோது பல மம்மிகள் ஏற்கனவே சிதைவடைந்திருந்தது கண்டுபிடிக்கப்பட்டது. இந்த மம்மிகள் மீண்டும் அக்காலத்தில் மம்மியாக்கத்தில் ஈடுபடுபவர்களிடம் வழங்கப்பட்டு புனருத்தாரணம் செய்யப்பட்டது. முக்கியமாக தோல் சுருங்கி இருந்த மம்மிகளில் தோலின் கீழே கழி போன்ற பதார்த்தம் ஏற்றப்பட்டது. இதனால் தோல்சுருக்கங்கள் நீங்கி புடைத்தன. அத்துடன் தனியாக ஜாடிகளில் வைக்கப்பட்ட ஈரல் இரப்பை குடல் சிறுநீரகம் என்பனவற்றின் நீர்த்தன்மை அகற்றப்பட்டு மீண்டும் வயிற்றுப்பகுதியில் வைக்கப்பட்டன.

1880இல் பல அரச ஆபரணங்கள் மற்றும் முக்கிய பாப்பிரஸ் சுருள்கள் எகிப்தின் கருப்புச்சந்தையில் விற்பனைக்கு வந்தபோது — அக்காலத்தில் எகிப்தின் வரலாற்று பொருட்களுக்கு பொறுப்பாக இருந்த பிரான்சிய அதிகாரிகள் நைல் நதியின் மேற்கே மன்னர்களின் சமவெளி அருகில் வசிக்கும் ஒரு குடும்பத்தை சந்தேகித்தார்கள். அந்தக் குடும்பத்தினர் பல தலைமுறையாக இப்படியாக சமாதிகளில் இருந்து அரச ஆபரணங்களைத் திருடி விற்றே தொழில் நடத்திவந்தார்கள் என்ற உண்மை தெரியவந்தது. அந்த ரசூல் குடும்பம் தீவிரமாக விசாரிக்கப்பட்டபோது அவர்களது வீட்டில் அரசகுடும்பத்து ஆபரணங்கள் கண்டெடுக்கப்பட்டது. பின்பு — இந்த ரசூல் குடும்பத்தில் ஆண் ஒருவர், 21 ஆவது அரச வம்சத்தினர் பல மம்மிகளுக்காக அமைத்த புதிய சமாதிக்கு, அதிகாரிகளைக் கொண்டு சென்று காட்டினார்.

இரவோடு இரவாக சமாதியில் இருந்து மம்மிகள் எடுக்கப்பட்டு எல்லாம் ஒன்றாக நீராவி வள்ளத்தில் போட்டு நைல் நதியில் கெய்ரோ கொண்டுவரப்பட்டது. இதேபோல் 1898இல் பல மம்மிகள் கொண்ட புதிய சமாதி ஒன்று கண்டுபிடிக்கப்பட்டது.

1890 இல் அந்த மம்மிகள் நைல் நதி வழியாக வந்தபோது மக்கள் அழுது துக்கம் அனுஷ்டித்தார்களாம். 4000 ஆண்டுகள் முன்பு இறந்த அரசனின் மம்மி வடிவத்தைப் பார்த்துப் பரவசப்பட்டு அல்லது அவனுக்காக அழுவதற்கு எந்த நாட்டு மக்களினால் இயலும்?

துட்டன்காமன் மம்மியின் சாபம்

எகிப்திய அரசர் மற்றும் முக்கியமானவர்களது சமாதிகள் யாவும் மம்மியோடு வைக்கப்படும் விலையுயர்ந்த பொருட்களுக்காக கொள்ளையடிக்கப்பட்டுவிட்டதால் மம்மிகளையும் சமாதிகளையும் வைத்து எகிப்திய சரித்திரத்தை மீளாய்வு செய்த எகிப்திய ஆராய்ச்சியாளர்களுக்கு 1922 நவம்பர் 4 ஆம் திகதி மிகப்பெரிய திருப்பமாகக் கிடைத்தது துட்டன்காமனின் மூடப்பட்ட சமாதி. இதைக் கண்டுபிடித்தவர் ஹவாட் காட்டர் என்ற பிரித்தானியர்.

இவரது கண்டுபிடிப்பு பற்றிய தகவல் டைம் இதழின் முகப்பட்டையில் அக்காலத்தில் வெளிவந்தது. துட்டன்காமனும் ஹவாட் காட்டரும் எகிப்திய வரலாற்றை நாமெல்லாம் புரிந்துகொள்ள உதவியவர்கள் என்பதில் சந்தேகமில்லை.

மன்னர்களின் சமவெளியில்(Valley of the Kings at Luxor) உள்ள இந்த சமாதியுள் பிரவேசித்தபொழுது தற்காலிகமாக நிலத்தில் மரங்களினால் செய்த

படிகளில் கீழ்நோக்கிச் சென்றேன். மலையை கீழ்நோக்கிக் குடைந்து உருவாக்கப்பட்ட இந்த சமாதியின் உள்ளே செல்லும் வழி சுரங்கப்பாதைபோல் இருந்தாலும் வழியில் உள்ள சுவர்கள் சித்திரவேலைப்பாடுகளால் காணப்பட்டது.

கழுகுத் தலையுடைய ஹோரஸ் தெய்வமும் ஓநாய் தலையுடைய அனுபிஸ் தெய்வமும் அந்த சித்திரங்களில் முக்கியமாக காணப்பட்டது. அதன் பின்னர் பார்த்த முன்னறை சுத்தமாக இருந்தது. பின்னறையில் பளிங்குக் கல்லாலான பிரேதப் பெட்டியும் காணப்பட்டது. அந்தப் பெட்டியிலும் சித்திர வேலைப்பாடுகள் உண்டு. துட்டன்காமனது உடல் மட்டுமே இன்னமும் பளிங்குப் பெட்டியில் பாதுகாப்பாக அந்த சமாதியில் வைக்கப்பட்டிருந்தது. சமாதியில் இருந்த மற்றைய பொருட்கள் எல்லாம் கெய்ரோ மியூசியத்தில் உள்ளன.

கெய்ரோ மியூசியத்தில் துட்டன்காமனின் பிரிவில் பார்வையாளர்கள் கூட்டம் மிகவும் அதிகமாக இருந்தது. ஜன நெருக்கடியால் தொடர்ச்சியாக முன்னோக்கித் தள்ளப்பட்டோம்.

சமாதியை ஆரம்பத்தில் ஹவாட் காட்டர் திறந்தபோது மூன்று பெட்டிகளில் உள்ளே மம்மிகள் இருந்தன. மிக உள்ளே 156 கிலோ தங்கத்தாலான பிரேதப்பெட்டியில் மம்மி இருந்தது.. அந்த தங்கப்பெட்டி விலையுயர்ந்த கற்கள் பதிக்கப்பட்டு, வெள்ளிக் கைப்பிடிகள் நான்கு பக்கமும் கொண்ட மரப்பெட்டியுள்ளே வைக்கப்பட்டிருந்தது. இந்த மரப்பெட்டி பளிங்குக்கல் பெட்டியுள்ளே இருந்தது. இப்படியாக மூன்று பெட்டிகள் மம்மிக்காக பாவிக்கப்பட்டிருந்தன.

மம்மியில் அலங்கரிக்கப்பட்ட 150 விலையுயர்ந்த ஆபரணங்கள் காட்சிக்கு வைக்கப்பட்டிருந்தது. அந்த ஆபரணங்களின் நுட்பமான வேலைப்பாடுகளைப் பார்த்தபோது அக்காலத்து எகிப்திய பொற்கொல்லரை எண்ணி வியக்காமல் இருக்கமுடியாது. இதைவிட துட்டன்காமனது சிம்மாசனம் மற்றும் அவனது இரதம் என ஏராளமான பாவித்த பொருட்கள் இருந்தன.

துட்டன்காமனது சமாதியுள் இல்லாத ஒரே பொருள் மன்னனின் மணிமுடி மட்டுமே. அது அவனுக்குப் பின்னர் வந்த அடுத்த மன்னனுக்குத் தேவையான பொருளாகும்.

ஹவாட் காட்டர் இந்த சமாதியைக் கண்டுபிடித்தது ஒரு

கதையாகும். எகிப்திய அரச பதிவுகளில் இருந்து தெரியவருவது — பெண்ணரசியான ஹட்சிபுட் அடுத்து வந்த அரசனால் அழிக்கப்பட்டதுபோல் அக்நாட்டன் என்ற அரசனும் அவனது மகன் துட்டன்காமனும், அதன்பின் சில வருடங்கள் மட்டும் எகிப்தை ஆண்ட அய் (Ay) என்ற பிரதமர் ஆகியோரது பதிவுகள் பிற்காலத்தில் துட்டன்காமனுக்கு இராணுவத்தளபதியாக இருந்த ஹோறேம்ஹெப் (Horemheb) என்ற அரசனால் அழிக்கப்பட்டது.

வரலாற்றில் இல்லாத அழிக்கப்பட்ட அரசனது கடைசிச் சடங்குகளில் பாவிக்கப்பட்ட மதுக்கிண்ணம் மற்றும் கோப்பை முதலான சில பாத்திரங்களில் துட்டன்காமனின் பெயர் எழுதப்பட்டிருந்தது வேறு ஒரு எகிப்தியலாளரால் கண்டு பிடிக்கப்பட்டதால், துட்டன்காமனது சமாதியைக் கண்டு பிடிப்பதற்கான முயற்சியை எகிப்திய ஆராய்ச்சியாளர்கள் தொடர்ந்தார்கள்.

பிரித்தானிய பிரபு ஒருவர் வீதி விபத்தில் காயமடைந்தபின்பு எகிப்தின் அஸ்வான் பிரதேசத்தில் வந்து இளைப்பாறும்போது பணத்தை எகிப்திய அரசாங்கத்திற்குக் கொடுத்து சமாதியை அகழும் உரிமையைப் பெற்றார். அதற்குப் பொறுப்பாக ஏற்கனவே எகிப்தில் தொல்பொருட்பகுதியில் வேலை செய்த ஹவாட் காட்டரை நியமித்தார். இந்தத் தேடுதல் முதலாம் உலக யுத்தம் தொடங்கியதால் தடைபட்டது.

KV62 என்ற இந்த சமாதி ஆதிகாலத்தில் கட்டட வேலையாளர் இளைப்பாறும் சிறிய குடிசையொன்றை அகற்றும்போது கண்டுபிடிக்கப்பட்டது. இந்த சமாதியின் வாசல் முழுமையாக மூடப்பட்டு அக்காலத்தில் சமாதியை மூடியவர்கள் வைத்த முத்திரையுடன் காட்சியளித்தது. உள்ளே சென்றபோது சித்திர வேலைப்பாடுகள் செய்யப்பட்ட மூன்று கட்டில்கள் மற்றும் ஏராளமான பொருட்கள் முன்னறையில் இருந்தன. அதைக் கடந்தபோது மம்மி வைக்கப்பட்ட பளிங்குப் பெட்டி இருந்தது.

துட்டன்காமனது மம்மி, மம்மியாக்கம் செய்ய எண்ணெய்கள் மற்றும் வாசனைத்திரவியங்கள் பயன்படுத்தப்பட்டபொழுது அவனது உடல் பிரேதப் பெட்டியோடு ஒட்டிக்கொண்டதால் அந்த மம்மி இரண்டாக வெட்டி எடுக்கப்பட்டது.

மம்மியை எடுத்து பிரேதப்பரிசோதனை செய்தபோது துட்டன்காமன் இறக்கும்போது அவனுக்கு பத்தொன்பது வயது

என்று கணிக்கப்பட்டது. அவனது பற்களும் எலும்புகளும் அவனது வயதை மதிப்பிட்டது.

துட்டன்காமன் என்ற இந்த இளம் எகிப்திய அரசனின் மரணம் அரண்மனையில் பதவிக்காக நடந்த ஒரு அரசகொலையாக இருக்கலாம் என பலர் கருதுகிறார்கள். அதற்கான நியாயங்களையும் சந்தர்ப்ப சாட்சியங்களையும் வைத்து ஆராயும்பொழுது மிகவும் விறுவிறுப்பான துப்பறியும் கதையின் சாயல் உள்ளது.

துட்டன்காமன் — ஆக்கநாட்டன் என்ற எகிப்திய அரசனின் இரண்டாவது மனைவியின் மகன். ஆக்நாட்டனது முதல் மனைவி பேரழகியான நெபிரிட்டிக்கு பல பெண்குழந்தைகள் பிறந்தன. ஆக்நாட்டனுக்கு இரண்டு மனைவிகள் என நம்பப்படுகிறது. துட்டன்காமன் பிறந்தபோது தாய்(Kira) இறந்துவிடுகிறாள். ஆக்நாட்டன் எகிப்தின் மதம், இராணுவம் முதலான அடிப்படையானவற்றை புறக்கணித்து — ஒருவனே தேவன் என்று சொல்லியபடி தீப்பஸ்ஸில் இருந்து இருநூறு கிலோமீட்டர் தொலைவில் பாலைவனத்தில் அமைக்கப்பட்ட புதிய நகரமான அமராவில் இருந்து எகிப்தை ஆள்கிறான். அங்கே சிறு குழந்தையாக துட்டன்காமன் மற்றைய சகோதரிகளுடன் வளர்கிறான். இக்காலத்தில் எகிப்தின் செல்வாக்குமிக்க மதகுருமார் மற்றும் எகிப்திய இராணுவம் என்பன புறக்கணிக்கப்படுவதால் ஆக்நாட்டனின் மேல் வெறுப்புண்டாகிறது.

பதினேழுவருட ஆட்சியின் பின்பாக ஆக்நாட்டன் இறந்தபோது அய்(Ay) என்ற முதலமைச்சரும் ஹோறேம்ஹெப் என்ற இராணுவத்தளபதியும் ஒன்பது வயதிலிருந்த துட்டன்காமனை தீப்பஸ்சுக்கு அழைத்துச்சென்று — அவனை அரச பதவியில் அமர்த்துகிறார்கள். அவனது ஆட்சியில் மீண்டும் எகிப்து பழைய நிலைக்குத் திரும்புகிறது. துட்டன்காமன் தனது ஒன்றுவிட்ட சகோதரியை — அதாவது ஆக்நாட்டானுக்கும் நெபிரிட்டிக்கும் பிறந்த அன்கெசென்பற்றேனை(Ankhesenpaaten) திருமணம் புரிந்தான். ஒன்பது வருடங்கள் எகிப்தை ஆண்டு மரணமடைந்த துட்டன்காமனின் மரணம் பல எகிப்திய ஆய்வாளர்களால் இன்னமும் இயற்கையானதா இல்லை கொலையா என முடிவு செய்யமுடியாது இருக்கிறது.

துட்டன்காமனின் மம்மியில் மண்டையோடு உடைந்தும் இடது கால் எலும்பு முறிந்தும் உள்ளன. இதைவைத்து விபத்து என

ஒரு பகுதியினரும் கொலை என மற்றவர்களும் சொல்கிறார்கள். மரபணு ஆராய்ச்சிகளிலிருந்து மலேரியா நோய் பீடித்திருந்ததாலோ அல்லது தேரில் இருந்து அவன் இறங்கும்போது முறிந்த காலில் தொற்றுநோய் வந்தோ அவன் இறந்திருக்கலாம் என்ற செய்தியும் உள்ளது.

அவனது மரணம் கொலை எனச் சொல்பவர்களது வாதங்களையும் புறந்தள்ள முடியாது.

பிற்காலத்தில் கண்டெடுக்கப்பட்ட குறிப்பில் துட்டன்காமன் இறந்தவுடன் 800 கிலோமீட்டர் தொலைவில் இருக்கும் ஹிற்ரைற் அரசர்களுக்கு (தற்போதைய துருக்கி) துட்டன்காமனின் விதவை மனைவி தான் மறுமணம் புரிவதற்கு ஒரு இளவரசனை அனுப்பும்படி தகவல் அனுப்பியதாகவும் அதற்கு ஹிற்ரைற் என்ற அரசர், தனது இளவரசனை பலத்த பாதுகாப்போடு அனுப்பியபோது எகிப்திய பிரதேசத்தில் அந்த இளவரசனும் அவனது பரிவாரமும் காணாமல் போய்விடுகிறது. இப்படியாக இளவரசனையும் பரிவாரத்தையும் அழிக்கக்கூடிய செயலைச் செய்வதற்கு எகிப்தில் அரசியலில் உள்ள முக்கியமானவர்களாலேயே முடியும். இக்காலத்தில் ஹிற்ரைற் எகிப்தியரின் முக்கிய எதிரி அரசாக கருதப்பட்டு வந்தது.

இப்படியாக எதிரி நாட்டு இளவரசனை மணம் முடிக்க துட்டன்காமனது விதவை மனைவி முன்வந்ததற்குக் காரணம் என்ன?

துட்டன்காமன் இறந்த பின்பு துட்டன்காமனின் விதவையை அய்) மணந்து கொள்வதும், பின்பு சரித்திரத்தின் எந்த இடத்திலும் அந்தத்தகவல் குறிப்பிடப்படாமல் மறைவதும் நடந்துள்ளது. அய் துட்டன்காமனின் பின்பு மூன்று வருடங்கள் அரசாள்வதும் எகிப்திய சரித்திரத்தில் உள்ளது.

துட்டன்காமனது இரண்டு குழந்தைகள் இறந்து பிறந்தவை. அவை மம்மியாக்கப்பட்டு அதே சமாதியில் வைக்கப்பட்டிருந்ததாம்.

இறந்த துட்டன்காமனது மம்மி, மிகவும் சிறிய சமாதியில் அவசரமாக வைக்கப்படுகிறது. மம்மி இருந்த அறையின் முன்பாக இருந்த அறையில் துட்டன்காமன் பாவித்த ஆயிரக்கணக்கான பொருட்கள் ஒழுங்காக வைக்கப்படாமல் அவசரத்தில் அடைத்து வைக்கப்பட்டு இருந்தன. துட்டன்காமனின் இறுதிச்சடங்குகளில்

முக்கியமான "வாய் திறத்தல்" என்ற சடங்கைச் செய்வது அய் (Ay) எனக் கருதுகிறார்கள். இந்தச் சடங்கு சித்திரமாக சமாதியின் உள்ளே வரையப்பட்டுள்ளது.

இது சிறிய சமாதி என்பதால் வேறு ஒரு அரச குடும்பத்தவருக்காக அமைக்கப்பட்டதாக இருக்கலாம். ஆனால் துட்டன்காமனது சடுதியான மரணத்தால் உடனடியாக அவனது மம்மி இங்கு கொண்டுவந்து வைக்கப்பட்டிருக்கலாம் என்ற கருத்தும் பலரிடம் உள்ளது.

இறந்த அரசனின் மம்மிக்கு இடையூறு செய்தவர்கள் நோய் துன்பம் அடைவார்கள் என்பது பலகாலமாக எகிப்தில் நிலவிவந்த நம்பிக்கை. இது விஞ்ஞானரீதியாக அர்த்தமில்லாவிடத்தும் கலாச்சார ரீதியாகவும் உண்மையாக இருந்தது. பழைய அரசர்கள் காலத்து சமாதியில் மம்மியை இடையூறு செய்பவர்களுக்கு வரும் நோயை எந்த வைத்தியராலும் புரிந்து கொள்ளமுடியாது என எழுதப்பட்டிருந்தது.

மம்மியின் சாபம் என்ற இந்த நம்பிக்கை திருடர்களுக்கு மட்டுமல்ல புதைபொருள் ஆராய்ச்சியாளர்களுக்கும் பொருத்தமானது. அவர்களையும் நோய், இறப்பு என்பன தாக்கும் என்ற நம்பிக்கை மூடிவைக்கப்பட்டிருந்த துட்டன்காமனது சமாதி கண்டுபிடிக்கப்பட்டதும் பெரிதாக பேசப்பட்டது. தொடர்ந்து நடந்த சில சம்பவங்கள் ஐரோப்பிய அமெரிக்க பத்திரிகைகளில் பிரசுரமாகி பிற்காலத்தில் ஹொலிவூட்டிலும் படமாகியது. அதன் தொடர்ச்சியாக மம்மியை வைத்து பல சினிமாப்படங்கள் தயாரிக்கப்பட்டன.

ஹவாட் காட்டரின் அகழ்வு வேலைகளுக்கு பணம் கொடுத்த பிரித்தானிய பிரபு கர்னவான் (Lord Carnarvon) ஆறு கிழமையின் பின்பு இறந்தார். இவரது இறப்பு மம்மியின் சாபமாகப் பெரிதாகப் பேசப்பட்டது.

உண்மையில் நடந்தது என்ன?

முகத்தில் நுளம்பு கடித்து உருவாகிய காயத்தில் சவர அலகு பட்டு காயம் தொற்றுநோயாக மாறியதுடன் குருதியில் நோய்பரவி (Blood poisoning) இறுதியில் மரணம் அடைந்தார்.

ஹவாட் காட்டர் சமாதியைத் திறந்தவுடன் எகிப்திய

வேலைக்காரர் ஒருவரை தனது வீட்டிற்கு ஏதோ சிறிய வேலைக்காக அனுப்பியபோது வீட்டில் உள்ள கனறி (Canary) என்ற சிறிய பறவையின் கூட்டில் இராஜநாகம் உட்புகுந்ததுடன் அந்த கனறியை கொன்று வாயில் வைத்திருந்தது.

இராஜநாகம் எகிப்திய அரசர்களின் கிரீடத்தை பாதுகாப்பதாக நம்புகிறார்கள்.

1925இல் நண்பர் ஒருவர் ஹவாட் காட்டரை சந்தித்தபோது அவரால் கொடுக்கப்பட்ட வண்டு வடிவமான பேப்பர் வெயிட்டில் 'எனது உடலை அகற்றுபவர்களுக்கு நெருப்பு, கொள்ளை நோய், வெள்ளம் தாக்கும்' என எழுதப்பட்டிருந்ததாம். பின்பு அந்த நண்பரின் வீடு தீப்பிடித்து அழிந்தது. அதைத் திரும்பவும் கட்டியபோது மழைவெள்ளத்தில் மூழ்கியது.

இப்படியான விடயங்களை மூடநம்பிக்கை என மறுத்த ஹவாட் காட்டர் பல வருடங்களின் பின்பு தனது 64 வயதில் புற்றுநோயால் மரணமடைந்தார்.

அவரது டயரியில் எகிப்தில் வசித்த முப்பத்தைந்து வருடங்களில் 1926 இல் ஒருமுறையே எகிப்திய பாலைவனத்தில் ஓநாயைக் கண்டதாக எழுதி இருந்தார்.

மம்மிகளைக் காக்கும் அனுபிஸ் தெய்வம் ஓநாய் தலை கொண்டது.

பிற்காலத்தில் துட்டன்காமனின் பிரேதப்பெட்டியை திறந்தபோது 58 பேர் அங்கிருந்தனர். இவர்களில் 12 பேர் மட்டுமே முதல் பன்னிரண்டு வருடங்களில் இறந்தவர்கள். மற்றவர்கள் பலகாலம் உயிர் வாழ்ந்தார்கள்.

மம்மியின் சாபம் உண்மையா? தெரிந்தால் சொல்லுங்கள் பார்ப்போம்.

மம்மியாக்கப்பட்ட மிருகங்கள்

எங்கு சென்றாலும் தவறாமல் மியூசியங்களைத் தேடிச்செல்லும் எனக்கு — டொரண்ரோ மியூசியத்தில்தான் முதல்துடவையாக மம்மிகளைப் பார்க்க முடிந்தது. பல வருடங்களுக்கு முன்பு கனடா சென்றபோது டொரண்ரோ மியூசியத்தில் மனித மம்மிகளோடு வளர்ப்பு மிருகங்களான நாய் பூனைகளையும் மம்மிகளாக அங்கு நான் கண்டேன். பூனைகளை எகிப்தியர் தெய்வமாக வணங்கினார்கள் எனவும் படித்திருந்தேன்.

மிருக மருத்துவரான எனக்கு மேலும் இதைப்பற்றி அறிய ஆவல் ஏற்பட்டது. எகிப்திற்குச் சென்றபோது இவற்றை அறிந்து கொள்வதற்கான பொருத்தமான சந்தர்ப்பம் கிடைத்தது. கெய்ரோ மியூசியத்தில் பல வகையான மிருகங்கள் மம்மியாக்கப்பட்டு காட்சிப் பொருளாக இருந்தன.

வளர்ப்பு மிருகங்களில் பூனைகளை எகிப்தியர் வணங்கியதாக கூறப்படுவது தவறு என்பதை பின்னர் தெரிந்துகொண்டேன்.. வட எகிப்தில் போர்க் கடவுளாக வழிபடப்படும் பெண் தெய்வம் பஸ்டி(Baste). அந்தப் பெண் தெய்வத்தின் படிமமாகத்தான் பூனைகளின் சிலைகள் எகிப்திய

கோயில்களில் இருந்தன. கெய்ரோ மியூசியத்திலும் வெங்கலத்தால் செய்யப்பட்ட அழகிய சிலைகளைக் காணமுடிந்தது.

பூனைகள் தானியங்களை அழிக்கும் எலிகளை வேட்டையாடுவதால் மனிதர்களோடு வீட்டு மிருகமாக வசித்தன. விவசாய நாடான எகிப்தில் — சமூகத்தில் மேலான ஒரு இடத்தை பூனைகள் பெற்றிருந்தது உண்மையே. செல்வந்தர்களால் வளர்க்கப்பட்ட பூனைகள் ஆராதிக்கப்பட்டதாகவும் அத்துடன் அரண்மனையில் வளர்ந்த பூனைகள் ஆபரணங்களை அணிந்திருந்ததாகவும் தெரியவருகிறது.

நைல் நதி வழியாக அபுசிம்பல் போகும்வழியில் மம்மியாக்கப்பட்ட ஏராளமான முதலைகள் கண்காட்சிக்காக ஒரு இடத்தில் இருந்தன. அத்துடன் பல முதலைத்தலை கொண்ட தெய்வத்தின் சிற்பங்களும் எகிப்தின் பல இடங்களில் பார்க்கக்கூடியதாக இருந்தது. முதலைகள் எகிப்திய ஐதீகக்கதைகளோடு தொடர்பானவை. சேபெக்(Sobek) என்பது முதலை உருவமான காவல் தெய்வமாகும். ஹோரஸ் தெய்வத்திற்கும் மாமனாகிய சேத்திற்கும் இடையில் நடந்த சண்டையில் ஹோரஸ்க்கு சேபெக் உதவியது.

நைல் நதியில் நீர்ப்பாசனத்தில் விவசாயம் செய்து வாழ்ந்த எகிப்திய மக்கள் நதியில் முதலைகள் ஏராளம் வாழ்வதால் நதியின் நீரோட்டத்தையும் வெள்ளப்பெருக்கையும் வறட்சியையும் முதலைகளே கட்டுப்படுத்துவதாக நம்பினார்கள். இதனால் அவை முக்கிய இடத்தை வகித்தன. எகிப்திய கலாசாரத்தில் உடல் பலத்திற்கும் அதீத காமத்தின் அடையாளமாகவும் முதலைகள் உருவகிக்கப்பட்டது. முதலைகள் தங்களது சிறிய குட்டிகளை தங்களின் வாயில் வைத்து மற்றைய மிருகங்களுக்கு உணவாகாமல் பாதுகாக்கும். முலையூட்டி மிருகங்களைத் தவிர்த்து குட்டிகளைப் பாதுகாப்பது முதலைகளே.

முதலைகளின் வாயில் சிறிய குட்டிகளை வைத்து அவை மம்மியாக்கம் செய்யப்பட்டுள்ளன. இந்தப் படிமமே எகிப்தியர் முதலையை பாதுகாக்கும் காவல் தெய்வமாக உருவகப்படுத்திய காரணம். அத்துடன் சேத்தினால் துண்டுகளாக்கப்பட்ட ஒசிரசின் உடல் நைல் நதியில் கொண்டு செல்லப்பட்டபோது அவற்றை ஒன்றுசேர்த்து ஐசிஸ்க்கு கொடுத்தது சேபெக் என்ற முதலைத் தலைகொண்ட தெய்வம்தான் என்பதாக எகிப்தியர் நம்பினார்கள்.

செல்வம் படைத்த எகிப்தியர்கள் நீர்த்தேக்கங்களை அமைத்து முதலைகளை வளர்த்தனர். அவை இறந்தபின்பு அவற்றை

மம்மியாக்கம் செய்தார்கள். ஒருவர் இறந்து மம்மியாக்கப்படும்போது அவரது வளர்ப்பு முதலையும் மம்மியாக்கப்பட்டு அவரது சமாதியில் வைக்கப்படும். பல காரணத்துக்காக எகிப்தியர்கள் மிருகங்களை மம்மியாக்கினார்கள். முக்கியமாக இறந்தவர்கள் மீண்டும் உயிர்பெறுவார்கள் என்பதால் அவர்களின் தேவைக்காக சமாதிகளில் உணவும் மம்மியாக வைக்கப்பட்டது. துட்டன்காமனின் சமாதியை திறந்தபோது அரசனுக்கு பிடித்தமான வாத்து உணவுக்காக மம்மியாக்கப்பட்டு இருந்தது. இறந்தவர்களின் செல்லப்பிராணிகளும் அவர்களது தோழமைக்காக மம்மியாக்கப்பட்டிருக்கும். இதில் நாய், பூனை, குரங்குகள், மான்கள் என்பன அடங்கும்.

மூன்றாவதாக இறைவனுக்கு பலி கொடுத்த மிருகங்களையும் மம்மியாக்கி சமாதியில் வைத்தார்கள். இது கிரேக்கர்கள் காலத்தில் மிகப்பிரபலமானது. கோயில்களுக்கு யாத்திரை செய்பவர்கள் தங்கள் வேண்டுதலை நிறைவேற்ற பறவை, மீன் என்பனவற்றை மம்மியாக்கி அதை சிறு மண்குடுவையில் வைத்து வேண்டுதல் செய்வார்கள். இதில் ஐபிஸ்(Ibis) பறவை, மீன் மற்றும் பூனைகள் மில்லியன் கணக்கில் மம்மியாக்கப்பட்டு தெய்வங்களுக்கு படைக்கப்பட்டன. கிரேக்கர் எகிப்திற்குச் சென்று வேண்டுதல் செய்ததாக பல குறிப்புகள் கிரேக்கத்தில் கண்டெடுக்கப்பட்டுள்ளன.

எகிப்திய தெய்வமான ஓசிரஸ் துண்டாக்கப்பட்டு நைல் நதியில் சேத்தால் எறியப்பட்டபோது அந்த உடலின் ஆண்குறியைத் தவிர மற்றைய பகுதிகள் மீட்கப்பட்டன. அந்த ஆண்குறியை நைல் நதியில் வாழும் மீன்கள் உண்டுவிட்டன. இதனால் மீன்கள் காலம்காலமாக மம்மியாக்கப்பட்டு தெய்வத்திற்குப் படைக்கப்படுகிறது.

பிரித்தானியர்கள் — எகிப்தில் பூனைகள் மம்மியாக்கப்பட்டு புதைக்கப்பட்ட பெரிய சவக்காலையைக் கண்டு அதை அள்ளிக்கொண்டு கப்பலில் இங்கிலாந்துக்கு எடுத்துச்சென்று அரைத்து விவசாய உரமாக்கியதாகவும் அதில் சில பூனை மம்மிகளை எக்ஸ்ரேயில் பார்த்தபோது அந்தப் பூனைகள் இளவயதாகவும் கழுத்து முறிக்கப்பட்டோ அல்லது தலையில் அடித்தபின்போ மம்மியாக்கப்பட்டிருப்பதாகவும் தெரியவந்தது. இந்தப் பூனைகள் ஏதோ சடங்கிற்காக கொலை செய்யப்பட்டிருக்கலாம் என நம்பப்படுகிறது.

நான்காவது காரணத்தால் மம்மியாக்கப்பட்ட மிருகம் எபிஸ் காளையாகும். மிருகம் ஒன்று எகிப்தியரால் வணங்கப்பட்டது

என்றால் அது எபிஸ்(Apis) என்ற நமது ஊர் நந்தி போன்ற காளைமாடாகும். இந்த காளைக் கன்றின் தாய்ப்பசு வானத்தில் இருந்து வந்த மின்னலால் சினையாக்கப்படுவதாக நம்பினார்கள். இந்தக் காளை பற்றிய குறிப்பு சரித்திர ஆசிரியர் ஹெரொடோடஸால் எழுதப்பட்டுள்ளது. குறிப்பிட்ட அங்க இலட்சணங்கள் பொருந்திய இந்த காளைக்கன்று தேடிக் கண்டுபிடிக்கப்பட்டு கோவிலுக்கு கொண்டுவரப்படும். இந்தக் காளைமாடு வாழும் காலத்தில் எகிப்தியரின் ஆதித்தெய்வத்தின் படிமமாக வணங்கப்படும்.

ஒருகாலத்தில் ஒரு எபிஸ் காளை மட்டுமே வாழும். சராசரியாக முப்பது வருடம் வாழும் இந்தக் காளைமாடு இறந்தவுடன் அதை மம்மியாக்கம் செய்து அதை விசேடமான சமாதியில் வைக்கும் சடங்கின்போது எகிப்திய அரசன் அங்கு பிரசன்னமாவதும் அந்த நிகழ்ச்சியும் வரலாற்றில் பதிவாக்கப்படும். இந்த மம்மியாக்கத்தின் குறிப்புகள் கிடைக்கப்பெற்றுள்ளன. அதில் மம்மியாக்கம் செய்யப்படும்போது இந்த விடயங்கள் கடவுளுக்கு செய்யப்படுவதாக பாப்பிரசில் குறிக்கப்பட்டுள்ளது. மேலும் மம்மியாக்கத்தின் பின் இந்தக் காளை மாடு கல்லினால் செதுக்கப்பட்ட பெட்டியில் வைக்கப்படும். இந்தச் சம்பவங்களின் பதிவு எகிப்திய வரலாற்றை அறிந்து கொள்ள உதவுகிறது.

இப்படியான எபிஸ் காளைகளை வைக்கும் சமாதி செறப்பியம் எனப்படும். இந்த இடம் மெம்பிஸ். இதைப் பற்றிய சுவையான கதை ஹெரொடோடஸால் சொல்லப்பட்டிருக்கிறது. பாரசீக (இன்றைய ஈரான்) மன்னன் கம்பேசி எகிப்தை வென்றதும் அங்கிருந்து எத்தியோப்பியாவை நோக்கி படையெடுத்துச் சென்றபோது பாலைவனத்தில் அவனது இராணுவம் அழிந்தது. மீண்டும் திரும்பி மெம்பிஸ் வந்தபோது எகிப்தியர்கள் எபிஸ் காளையை ஊர்வலமாகக் கொண்டு சென்றனர். தமது தோல்வியை எகிப்தியர்கள் கொண்டாடுவாக எண்ணி மன்னன் கம்பேசி ‘இதுதான் உங்கள் தெய்வமா?’ என வாளால் குத்தியதாக எழுதப்பட்டுள்ளது.

கிளியோபாட்ரா சிறுமியாக இருந்தபோது எபிஸ் காளையை பார்ப்பதற்காக அவளது தந்தையால் அழைத்துச் செல்லப்பட்டதாகவும் சொல்லப்படுகிறது.

எபிஸ் காளை மட்டுமே எகிப்தியரால் வணங்கப்பட்ட ஒரே ஒரு மிருகம் என்று தற்போதைய எகிப்தியல் ஆராய்ச்சியாளர்கள் உறுதியாகச் சொல்கிறார்கள்.

எகிப்திய வைத்தியரின் சமாதி

அவுஸ்திரேலியாவில் மிருக வைத்தியராக வேலை செய்யும்போது சக வைத்தியரான ஹாசன் (லெபனானைச் சேர்ந்தவர்) அரேபிய மொழியில் எழுதப்பட்ட புராதன அறுவை சிகிச்சை புத்தகமொன்றைக் காட்டினார். அதில் 4000 வருடங்களுக்கு முன்பு உபயோகிக்கப்பட்ட சத்திரசிகிச்சை உபகரணங்களின் படங்கள் இருந்தன. அவற்றில் பல தற்போதும் உபயோகிக்கப்படும் உபகரணங்களைப் போன்று இருந்தது, இவற்றில் முக்கியமாக கண் சத்திரசிகிச்சைக்கு பாவித்தவை அச்சொட்டாக தற்கால உபகரணங்களைப் போன்று இருந்தன.

வைத்திய முறைகள் எல்லா சமூகங்களின்

வரலாற்றில் ஏதோவிதமாக வளர்ந்து இருக்கிறது. வைத்தியர்கள் சில சமூகத்தில் மதத்தோடு சேர்ந்து இருக்கும்போதும் வளர்ச்சியடைந்து இருக்கிறது. அதற்கு முக்கியக்காரணம் கல்வி, எழுத்தறிவு மதகுருமார்களிடமே காலம்காலமாக இருந்ததுதான். விவசாயிகள், கைத்தொழிலாளர், போர் வீரர்களுக்கு கல்வியறிவு தேவையற்றதாக இருந்தது.

சீன வைத்திய முறையான அக்குப்பங்சர், மூலிகை வைத்தியம் பொன்றவை புராதனமானவை. அது சீன சமூகத்தில் அதிக மாற்றங்கள் இல்லாமல் தொடர்ந்தும் நடைமுறையில் உள்ளது. 4500 வருடங்களுக்கு முன்பு மனிதர்களிலும் மிருகங்களிலும் பாவிக்கப்பட்ட எலும்பாலான அக்குப்பங்சர் ஊசிகள் அகழ்வாய்வில் சீனாவின் பல பகுதிகளில் கண்டெடுக்கப்பட்டுள்ளது. இலங்கையில் அக்குப்பங்சர் புள்ளிகளைக் கொண்ட யானையின் வரைபடம் கண்டெடுக்கப்பட்டதாக சீன மருத்துவக் குறிப்பொன்றில் உள்ளது. இதே காலத்தில் இந்தியாவிலும் ஆயுர்வேதம் நடைமுறையில் இருந்தாலும் பிரித்தானிய காலனித்துவத்தில் பாவனை குறைந்து கொண்டுவிட்டது.

சீனா, இந்திய மருத்துவ முறைகள் முழுமையாக (Holistic) நோயாளியைப் பார்க்கின்றன. உடலில் நோய் ஏற்படும்போது சமநிலையில் மாற்றம் ஏற்படுவதாக கணிக்கப்படுகிறது. இதற்கு அப்பால் தொற்றுநோய் என்ற கருத்து இல்லை. உதாரணமாக சீன தேச மருத்துவத்தில் நரம்பு மண்டலம் என்பது இல்லை. ஆனால் நரம்பு வியாதிகள் உள்ளன. அத்துடன் குணப்படுத்த வழிகளும் உண்டு. இதே போல் ஆயுர்வேதத்திலும் காலிலும், முதுகிலும், வாய்வினால் நோய் ஏற்பட்டதாக நாம் கூறுவோம் .

மேல்நாட்டு வைத்திய முறையில் உடல் பகுதி பகுதியாகப் பார்க்கப்படுகிறது. மேற்கத்தைய மருத்துவத்தில் நோய்கள் ஏற்பட பல்வேறு காரணங்கள் உள்ளன. உடலில் புற்றுநோய் ஏற்பட்டால் பாதிக்கப்பட்ட பகுதி வெட்டி அகற்றப்படுவது மேற்கத்தைய முறையாகும். ஆனால் கீழைத்தேச மருத்துவம் மொத்த உடலில் ஏற்படும் சமநிலை மாற்றத்தின் வெளிப்பாடு என்கிறது.

தற்போது நாம் படித்துப் பயன்பெறும் மேற்கத்தைய மருத்துவத்தின் தொடக்கப்புள்ளியான இடத்தை கிரேக்கம் என்றுதான் பலகாலமாக சொல்லிவந்தோம். அதை ரோமானியர் எடுத்து லத்தின் மொழியில் எழுதியதால் மேற்கத்தைய மருத்துவத்தின்

மொழி இலத்தீன் ஆகியது. ஆனால் கிரேக்கர்கள் எங்கிருந்து மருத்துவத்தை எடுத்தார்கள் என ஆராயும்போது தோற்றவாய் எகிப்தாகிறது.

அறுவை சிகிச்சைமுறை 4000 வருடங்களுக்கு முன்பாக எகிப்தில் தோன்றியதாகக் கூறப்படுகிறது. அதை கிரேக்கர் தங்கள் நாட்டிற்கு கொண்டு சென்றிருக்கிறார்கள். அலெக்சாண்டரின் படையெடுப்புக்கு முன்பாக கிரேக்கர்கள் எகிப்தில் வாழ்ந்தும் எகிப்திய படைகளில் வீரர்களாகவும் இருந்திருக்கிறார்கள் (கிரேக்க நாடு அக்காலத்தில் இல்லை. பல நகரங்கள், பல்வேறு அரசுகளாக இருந்தது.) எகிப்தில் கண்டெடுக்கப்பட்ட பல குறிப்புகள் இவற்றை தெளிவாக்குகின்றன. பாப்பிரஸில் மருத்துவக்குறிப்புகள் பல உள்ளன. வைத்தியர்கள் உடற்பிரிவாக அதாவது கண், மூக்கு, பெண்மருத்துவம் என்பது உருவாகியது எகிப்திலேயாகும்.

அக்கால எகிப்திய மருத்துவம் இருபிரிவுகளால் ஆனது. தற்கால வைத்தியம் போல நோய்க்குறிகளை வைத்து வைத்தியம் செய்வது. இதை கிளினிக்கல் மருத்துவம் (Clinical medicine) என்போம். இதில் முறிவுகள் காயங்கள் வலிகளைக் குணப்படுத்துவது. இரண்டாவது நம்பிக்கைகள். அதாவது மந்திரங்கள் அடிப்படையில் வைத்தியம் செய்வது போன்றதாகும். பொதுவாகக் கூறினால் எமது கிராமப்புறங்களில் பேயோட்டுதல் என்பது போன்றது. இதற்கு முக்கியக்காரணம் எகிப்திய வைத்தியர்கள் கோயிலில் உள்ள மதகுருமார். இவர்களே சமூகத்தில் முக்கியமானவர்களாகவும் படித்தவர்களாகவும் இருந்தார்கள். இந்த மதகுருக்கள் இருக்கும் இடம் எகிப்திய கோயில்களாகும். நோயுற்றவர்கள் கோயில்களுக்கு சென்று வைத்தியம் பெறுவார்கள். இந்தக் கோயில்களில் இருந்து புனித நீர் நோய்தீர்க்கப் பயன்படும். அதாவது புனித நீர் என்ற கருத்தாக்கம் இந்த எகிப்திய கோவில்களில் இருந்து வந்தது. நான் பிரான்ஸ் நாடு சென்றபோது லோட்ஸ்மாதாவின்(Our Lady of Lourdes) புனித நீரை எடுப்பதற்கு எத்தனையோ பேர் காத்திருந்தார்கள். எகிப்திய கோவில்களில் நோயுற்றவர்கள் படுத்திருந்து கனவு காண்பதன்மூலம் நோய் குணமடைவதாகவும் குறிப்புகள் உள்ளது.

எகிப்திய மருத்துவத்தில் மூன்று தெய்வங்கள் பாதுகாவலர்களாக இருக்கிறார்கள். இந்த தெய்வங்கள் எகிப்தின் ஆணிவேரான ஐதீகக் கதையில் தொடர்புள்ளவர்களாக இருக்கின்றனர்.

மூன்று கடவுள்களில் முக்கியமானது சிங்கத்தலையை உடைய

பெண் தெய்வம் செக்மெற் (Sekhmet). இதைப் பற்றிய ஐதீகக் கதையுள்ளது. மனிதர்கள் செய்யும் தவறான காரியங்களால் கோபமடைந்த ரே(Re) மனித குலத்தை சங்காரம் செய்வதற்காக செக்மெற்றை அனுப்பிய பின்பு ரே மனம் மாற்றமடைந்துவிட்டாலும் கோபத்துடன் புறப்பட்ட செக்மெற்றை தடுத்து நிறுத்தமுடியாது என்பதால் சிவப்பு நிறம் கலந்த மதுவை செக்மெற்றுக்கு கொடுத்த போது அதை மனிதர்களின் இரத்தம் என எண்ணி குடித்ததால் ஏற்பட்ட மதுவின் மயக்கத்தால் மனிதர்களை கொல்வதில் இருந்து செக்மற் தடுக்கப்பட்டது. அந்த சம்பவத்தின் பின்பாக செக்மெற் மருத்துவர்களின் தெய்வமாகிறது.

எழுத்துக்குப் பொறுப்பான ரொத் தெய்வம்(Toth) ஐபிஸ் பறவையின் தலை கொண்ட ஆண் தெய்வம். இதுவும் முக்கிய ஐதீகத்தோடு தொடர்பானது. ஐபிஸ் தனது மம்மியாக்கிய ஓசிரஸ் மூலம், ஹோரஸ் என்ற குழந்தையை பெறுவதற்கு உதவியது. பிற்காலத்தில் ஐபிஸ் குழந்தையாகிய ஹோரஸ் உடன் மறைந்து வாழ்ந்த காலத்தில், சிறு குழந்தையான் ஹோரஸை, தேள் கொட்டியபோது ரொத் காப்பாற்றியது. சேத்துடனான சண்டையில் ஹோரஸின் கண்ணில் ஒரு பகுதி தொலைந்து போகிறது. இதை ரொத்தே கொடுத்து ஹோரஸ் கண் பெற்றதாக ஐதீகம் சொல்கிறது. எகிப்தியர்களுக்கு வருடத்தில 365 நாட்களைக் கொடுத்ததும் ரொத்தே.

மூன்றாவது ஐசிஸ் என்ற தாய்த் தெய்வம் எப்படியாக எகிப்திய மருத்துவத்தில் சம்பந்தப்பட்டது என்பதற்கும் ஐதீகக் கதை உள்ளது. மகாபாரதத்தில் குந்திதேவி தனது பிள்ளைகளுடன் ஒளிந்து மறைந்து வாழ்ந்த காலம்போல் ஐசிஸ்க்கும் ஏற்பட்டது. பாலைவனத்தில் ஒளிந்து வாழ்வது கடினமான காரியம். பாலைவனத்தில் வாழும் மிகவும் விசத்தைக் கொண்ட ஏழு தேள்களின் துணையுடன் ஹோரஸ் குழந்தையுடன் பயணம் செய்த ஐசிஸ், இரவில் தங்குவதற்கு ஒரு வீட்டின் கதவைத் தட்டியபோது குழந்தையுடன் உள்ள ஒரு பெண் கதவைத் திறந்தாள். குழந்தையுடன் ஐசிஸ்ஸையும் ஏழு தேள்களையும் பார்த்து பயந்து அந்தப்பெண் இவர்களுக்கு இரவில் தங்குவதற்கு இடம் தர மறுத்தபோது உடன் வந்த ஒரு தேள் ஆத்திரம்கொண்டு மற்றய ஆறு தேள்களின் விசத்தையும் தனது வசமாக்கி, ஏழு தேள்களின் விசத்தை வாலில் தேக்கிக்கொண்டு, அந்த வீட்டில் இருந்த பெண்ணின் குழந்தையைக் கொட்டிவிட்டது. அந்தக் குழந்தை இறந்து விட்டது. இதைப் பார்த்த தாய்த்தெய்வமான

ஐசிஸ் இரக்கமடைந்து தனது ஆற்றலால் அந்த இறந்த குழந்தையை உயிர்ப்பித்தாள்.

முக்கிய எகிப்துவ மருத்துவ முறைகள்:

மாட்டு ஈரலை மாலைக் கண்ணுக்கு பயன்படுத்துதல் (Vit. A.deficency).

எலும்பு முறிவுகளை அறிந்து குணப்படுத்தும் முறைகள்:

உலகத்திலே பெரிய பிரமிட், சமாதி மற்றும் கோயில்கள் போன்ற கட்டடவேலைகளை செய்த நாட்டில் தொழிலாளர்கள் எலும்பு முறிவுகளையும் காயங்களையும் சந்தித்திருப்பார்கள். ஆரம்பத்தில் மதுவை வலி நிவாரணமாக பாவித்து பிற்காலத்தில் அபினை பாவித்தார்கள். குழந்தைகளுக்கு வயிற்றுவலியை குணப்படுத்தக் கொடுத்த மருந்தில் அபின் இருந்தது.

கருத்தடை உறைக்காக (condom) ஆட்டின் சிறுகுடலில் இருந்து எடுக்கப்படும் சவ்வு பயன்படுத்தப்பட்டது.

முதலையின் சாணி (Vaginal Pessaries) Spermicide ஆக பாவிக்கப்பட்டது. (சிரிக்க வேண்டாம். நிச்சயமாக வேலை செய்ததாம்.)

ஒரு மருத்துவ சஞ்சிகையின் குறிப்பின்படி ஐந்தாவது அரச வம்சத்தைச்(5th Dynasty) சேர்ந்த அரசனின் அரச வைத்தியரின் சமாதி அகழ்வாராய்ச்சி செய்யப்பட்டது. Dr. Skar என்ற இவரது சமாதியில் இருந்த பல வர்ண சித்திரங்கள் இவரது செல்வத்தையும் செல்வாக்கையும் விளக்குகின்றன. இந்த சமாதியில் உடலை வெட்டுவதற்கும், தைப்பதற்கும் பாவிக்கப்பட்ட ஆயுதங்கள் மற்றும் கரண்டி போன்ற பல அறுவை சிகிச்சைக்கான ஆயுதங்கள் கிடைக்கப் பெற்றுள்ளது. இந்த வைத்தியரின் சமாதி அரசனின் சமாதிக்கு அருகில் உள்ளது. இவரது சமாதிக்குள் சென்று வந்த கட்டுரையாளர் உலகத்தின் முதலாவது வைத்தியரின் அறைக்குள் சென்று வந்தேன் என கட்டுரையை முடிக்கிறார்.

தெய்வங்களைக் காப்பாளர்களாகக் கொண்டு 3000 வருடங்களுக்கு மேலாக எகிப்திய காலாசாரத்தின் முக்கிய அங்கமாக வளர்ந்து தற்போது உலக மக்கள் எல்லோருக்கு பயன்படும் எகிப்திய மருத்துவத்துடன் இந்தக் கட்டுரைத்தொகுதி முடிவடைகிறது.